วัดพระศรีรัตนศาสดารามและพระบรมมหาราชวัง
THE TEMPLE OF THE EMERALD BUDDHA AND THE GRAND PALACE

โดย **นิดดา หงษ์วิวัฒน์**

สำนักพิมพ์
แสงแดดเพื่อนเด็ก

ข้อมูลทางบรรณานุกรมของหอสมุดแห่งชาติ
นิดดา หงษ์วิวัฒน์
สมุดภาพ "วัดพระศรีรัตนศาสดารามและพระบรมมหาราชวัง".--
กรุงเทพฯ:แสงแดดเพื่อนเด็ก, 2545.
104 หน้า.
1.วัดพระศรีรัตนศาสดาราม. 2.พระบรมมหาราชวัง.
I. ชื่อเรื่อง.
726.143
ISBN. 974-90560-2-7

วัดพระศรีรัตนศาสดารามและพระบรมมหาราชวัง
THE TEMPLE OF THE EMERALD BUDDHA AND THE GRAND PALACE
โดย นิดดา หงษ์วิวัฒน์

พิมพ์ครั้งที่ 1 มกราคม พ.ศ. 2546
พิมพ์ครั้งที่ 2 เมษายน พ.ศ. 2547
ราคา **250** บาท

คณะผู้จัดทำ
ที่ปรึกษา ทวีทอง หงษ์วิวัฒน์
บรรณาธิการอำนวยการ นิดดา หงษ์วิวัฒน์
บรรณาธิการสำนักพิมพ์ ระพีพรรณ ใจภักดี
กองบรรณาธิการ นุชนาถ ทวีทรัพย์
สุภาพรรณ เยี่ยมชัยภูมิ, เมธินี จอกทอง
คณะทำงานภาษาอังกฤษ ไตรรัตน์ เพชรสิงห์
Christopher J. Bruce, ระพีพรรณ ใจภักดี
บรรณาธิการฝ่ายศิลป์ สามารถ สุดโต
ฝ่ายศิลป์ พิณศักดิ์ แก้วใหญ่, สราวุธ ลอยศักดิ์
วรนารถ พันธุ์เสือ, ฐิติมา เจริญนิตย์
ภาพ สุนทร คีรีรัตน์, แสงแดดสตูดิโอ
ผู้จัดการฝ่ายผลิต จิรนันท์ ทับเนียม production@sangdad.com
พิมพ์ที่ เอ.ที. พริ้นติ้ง โทร. 0-2674-7184

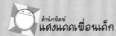

สำนักพิมพ์ แสงแดดเพื่อนเด็ก

ผลิตโดย บริษัท สำนักพิมพ์แสงแดดเพื่อนเด็ก จำกัด
Published by Sangdad Pueandek Publishing Co., Ltd.
โทร. 0-2934-4413 ต่อ 119-120 แฟกซ์ 0-2934-4411
e-mail : pdbooks@sangdad.com
จัดจำหน่ายโดย บริษัท สำนักพิมพ์แสงแดด จำกัด
320 ซอยลาดพร้าว 94 (ทาวน์ อิน ทาวน์) แขวงวังทองหลาง เขตวังทองหลาง
กรุงเทพฯ 10310 โทร. 0-2934-4413, 0-2934-4418-20, 0-2559-2642-3 ต่อ 101
แฟกซ์ 0-2538-1499
Distributed by Sangdad Publishing Co., Ltd.
320 Lat Phrao 94 (Town in Town) Wangthonglang, Bangkok 10310
Thailand Tel. (662) 934-4413, (662) 934-4418-20,
(662) 559-2642-3 ext. 101 Fax. (662) 538-1499
www.sangdad.com e-mail : sdbooks@sangdad.com

ภาพปก : *วัดพระศรีรัตนศาสดารามยามค่ำคืน*
Front cover : *The Temple of the Emerald Buddha at Night.*

คำนำ/Preface

วัดพระศรีรัตนศาสดารามและพระบรมมหาราชวัง เป็นสุดยอดความงามแห่งสถาปัตยกรรม ศิลปกรรมไทยแต่โบราณ เป็นศาสนสถานและราชสถานที่ยิ่งใหญ่ สมบูรณ์แบบที่สุดในประเทศไทย ที่เยาวชน คนไทย ควรรู้จักอย่างลึกซึ้ง

อนึ่ง องค์ความรู้ด้านสถาปัตยกรรมและศิลปกรรมไทยนั้นเป็นเรื่องยากซับซ้อน ถูกเก็บงำไว้ในห้องสมุดเพียงบางแห่งที่สำคัญ อยู่ในที่ต้องห้ามในการหยิบยืม มีไว้เพื่อค้นคว้าและอ้างอิงเท่านั้น จึงทำให้ความรู้ดังกล่าวไม่ได้รับการเผยแพร่เท่าที่ควร และโดยเฉพาะเป็นการเผยแพร่อย่างง่าย ฉบับเยาวชนและประชาชน

แรงจูงใจของผู้เขียน ที่ต้องการเผยแพร่ความรู้ ความงาม สู่ผู้อ่านในทุกวัย อย่างยิ่งก็คือ ความรู้เรื่องสถาปัตยกรรมไทย ที่มีความละเอียดละเมียดละไม และงดงามอย่างหาที่เปรียบได้ยาก ศิลปะลวดลายอย่างไทยที่วิจิตรบรรจง นับวันจะเลือนรางห่างหายไปจากความรู้ความทรงจำของผู้คน

ดังนั้นผู้เขียนจึงเน้นภาพและการใช้สอยปัจจุบัน ที่ถักร้อยด้วยเรื่องราวทางศิลปกรรมและสถาปัตยกรรมตามที่ปรากฏ สู่ประวัติการสร้าง ความเป็นมาตั้งแต่แรกเริ่มจนถึงปัจจุบัน ทำให้งานที่ยากเมื่ออ่านและแลเห็นก็เข้าใจได้ง่ายขึ้น

ผู้เขียนสังเกตดูจากผู้มาเยี่ยมชมสถานที่แห่งนี้ มักมองแบบฉาบฉวย แลผ่านเลยไปในจุดสำคัญ จากนั้นก็จำอะไรไม่ได้อีกเลย เพราะไม่รู้อะไรในสิ่งที่มองเห็น "การรู้ที่มา ค่าของสิ่งนั้นย่อมสูงขึ้นฉันใด การรู้เรื่องราวสถาปัตยกรรมศิลปกรรมของสิ่งนั้น ย่อมนำมาซึ่งความดื่มด่ำประทับใจ ประทับจำไปนานแสนนาน"

นิดดา หงษ์วิวัฒน์

วัดพระศรีรัตนศาสดารามหรือวัดพระแก้ว อยู่ในพระบรมมหาราชวัง ตรงข้ามมหาวิทยาลัยศิลปากร ถนนหน้าพระลาน ข้างสนามหลวง กรุงเทพมหานคร โทร. 0-2224-3290

หมายเหตุ ภาษาอังกฤษในเนื้อเรื่อง จะเป็นทั้งแบบแปลเต็มความตามภาษาไทย และแบบแปลเก็บความจากเนื้อเรื่อง เนื่องจากพื้นที่ไม่พอ

คู่มือการใช้ สมุดภาพเสริมการเรียนการสอน

(ไทย/อังกฤษ)

๑. ภาพในสมุดภาพสามารถตัดออกมา เพื่อนำไปจัดนิทรรศการแสดงภาพในวาระและโอกาสต่างๆ ได้ โดยใช้คัทเตอร์กรีดภาพ โปรดทำอย่างประณีต

๒. เมื่อเลิกใช้ภาพนั้นๆ แล้ว ให้นำมาต่อเข้ารอยเดิม โดยใช้เทปกาวใสอย่างดี ทาบรอยต่อด้านหลังภาพอย่างประณีตเรียบร้อย พยายามให้เป็นเส้นตรง ภาพก็จะคืนเข้าสมุดภาพดังเดิม

๓. ถ้าต้องการนำภาพไปประกอบการเรียนการสอนให้ตัดภาพแล้วนำภาพไปติดบนกระดาษแข็ง โดยใช้เทปกาวสองหน้าติดที่มุมภาพทั้งสี่ เมื่อเลิกใช้แล้ว นำกลับมาติดหนังสือภาพดังเดิมตามวิธีข้างต้น

๔. ใช้เป็นหนังสือค้นคว้าข้อมูลเรื่องราวเกี่ยวกับภาพนั้นๆ ได้อย่างรอบด้าน

๕. ใช้เป็นสมุดภาพเสริมการเรียนการสอนภาษาอังกฤษ ตลอดจนสามารถนำมาเป็นข้อความให้นักเรียนฝึกทักษะเรียนรู้เรื่องการแปลระหว่างภาษาไทย-อังกฤษ

๖. สมุดภาพนี้เหมาะสำหรับเป็นของขวัญ หรือของที่ระลึกสำหรับผู้มาเยือนทั้งชาวไทยและชาวต่างประเทศ

๗. เป็นสมุดภาพที่เหมาะสำหรับเก็บไว้ในห้องสมุด เพื่อการค้นคว้าทำรายงาน

๘. พกพาติดตัวเพื่อนำไปเป็นคู่มือการเรียนการสอนได้สะดวก หมวดหมู่ชัดเจน

Illustrated Book for Teaching Aid Manual

(Thai/English)

1. The pictures in this illustrated teaching aid can be cut out and displayed for various purposes and occasions. Use a cutter to cut the pictures. Please cut carefully.
2. When the pictures are no longer required, just put them back along the cut out lines. Use good quality scotch tape on the back of the pictures to keep them in place. Be careful and the book will appear as it did before.
3. If you want to use the pictures as a teaching aid, cut out the pictures and put them up on a hard board using two-sided sticky tape attached at the four corners. Afterwards, the pictures can be put back in the book as stated in step 2.
4. This illustrated teaching aid can be used as a source of research material for the subjects covered.
5. The book also can be used as an English language teaching aid. Students can use the text to practice translation from Thai to English.
6. The book is also a suitable gift or souvenir for Thais and foreigners alike.
7. The book is ideal for public libraries where it can be used as a reference and research aid.
8. The book is easy to carry both for students and teachers and is divided into distinct topics.

สารบัญ/Contents

บทนำ

การสร้างกรุงรัตนโกสินทร์

อาณาจักรประเทศไทยตั้งมายาวนานถึง ๘๐๐ ปี มีการสร้างราชธานีใหม่ ๔ ครั้ง คือ กรุงสุโขทัย กรุงศรีอยุธยา กรุงธนบุรี และกรุงรัตนโกสินทร์ในปัจจุบัน

พระบาทสมเด็จพระรามาธิบดีศรีสินทร มหาจักรีบรมนาถ พระพุทธยอดฟ้าจุฬาโลก (รัชกาลที่ ๑) ได้สถาปนาราชธานีใหม่ ด้านฝั่งตะวันออกของแม่น้ำเจ้าพระยา พร้อมกับปราบดาภิเษกพอเป็นพิธี เมื่อวันที่ ๑๐ มิถุนายน พ.ศ. ๒๓๒๕ พระราชทานนามพระนครใหม่นี้ว่า "กรุงรัตนโกสินทร์อินท์อโยธยา" ต่อมาในรัชสมัยพระบาทสมเด็จพระรามาธิบดีศรีสินทรมหาเจษฎาบดินทร์ พระนั่งเกล้าเจ้าอยู่หัว (รัชกาลที่ ๓) ได้ทรงแก้นามพระนครเป็น "กรุงเทพมหานคร บวรรัตนโกสินทรมหินทอยุธยา" และในรัชสมัยพระบาทสมเด็จพระปรเมนทรมหามงกุฎ พระจอมเกล้าเจ้าอยู่หัว (รัชกาลที่ ๔) ทรงแก้นามพระนครอีกครั้งเป็น "*กรุงเทพมหานคร อมรรัตนโกสินทร์ มหินทรายุธยา มหาดิลกภพ นพรัตน์ ราชธานีบุรีรมย์ อุดมราชนิเวศมหาสถาน อมรพิมานอวตารสถิต สักกทัตติยะ วิษณุกรรมประสิทธิ์*" ซึ่งนามพระนครนี้ใช้มาจนถึงปัจจุบัน เรียกกันสั้นๆ ว่า "กรุงเทพมหานคร"

การสร้างพระบรมมหาราชวัง

เมื่อพระบาทสมเด็จพระพุทธยอดฟ้าจุฬาโลกฯ มีพระประสงค์จะสร้างบ้านแปงเมืองใหม่ ก็ได้สถาปนาพระบรมมหาราชวังขึ้น เมื่อวันที่ ๖ พฤษภาคม พ.ศ. ๒๓๒๕ ในขั้นแรกสร้างด้วยไม้ทั้งสิ้น รายล้อมด้วยเสาระเนียดเป็นกำแพงพระราชวัง วันที่ ๑๐ มิถุนายน พ.ศ. ๒๓๒๕ ทรงทำพิธีปราบดาภิเษกเพื่อเป็นสวัสดิมงคล วันที่ ๑๓ มิถุนายน พ.ศ. ๒๓๒๕ จึงได้เสด็จพระราชดำเนินทางชลมารคสู่พระราชมณเฑียรสถาน ทรงประกอบพระราชพิธีปราบดาภิเษก เสด็จเถลิงถวัลยราชสมบัติ เป็นพระปฐมกษัตริย์ในพระบรมราชวงศ์จักรี

เริ่มสร้างพระนครใหม่อย่างจริงจังตั้งแต่ปี พ.ศ. ๒๓๒๖ พร้อมกับสร้างพระบรมมหาราชวังให้เป็นที่ประทับถาวร พร้อมด้วยป้อมปราการ และประตูพระราชวังโดยรอบ เนื้อที่พระบรมมหาราชวังเมื่อแรกสร้างมีประมาณ ๑๓๒ ไร่ ต่อมาในรัชสมัยพระบาทสมเด็จพระพุทธเลิศหล้านภาลัย (รัชกาลที่ ๒) ได้ขยายเขตพระบรมมหาราชวังออกไปทางด้านทิศใต้พร้อมกับสร้างป้อมปราการเพิ่มขึ้น มีเนื้อที่ทั้งสิ้น ๑๕๒ ไร่ ๒ งาน กำแพงทิศเหนือยาว ๔๑๐ เมตร ทิศตะวันออกยาว ๕๑๐ เมตร ทิศใต้ยาว ๓๖๐ เมตร ทิศตะวันตกยาว ๖๓๐ เมตร จวบจนปัจจุบันนี้

สถาปัตยกรรมในพระบรมมหาราชวังสวยงามยิ่งนัก แสดงออกด้วยสัญลักษณ์ทางศาสนา และความหมายแห่งพระราชาควบคู่กันไป อันเป็นประเพณีสืบทอดมาจากกรุงศรีอยุธยา

การสร้างวัดพระศรีรัตนศาสดาราม

การสร้างวัดพระศรีรัตนศาสดารามเป็นพระอารามหลวงอยู่ในเขตพระราชฐาน เป็นการสร้างตามธรรมเนียมปฏิบัติมาแต่โบราณ เช่น วัดมหาธาตุอยู่ในเขตพระราชวังสมัยสุโขทัย วัดพระศรีสรรเพชญอยู่ในเขตพระราชวังสมัยอยุธยา ทั้งนี้เพื่อไว้ประดิษฐานพระคู่บ้าน คู่เมือง เริ่มสร้างวัดพระศรีรัตนศาสดารามในปี พ.ศ. ๒๓๒๖ แล้วเสร็จในปี พ.ศ. ๒๓๒๘ พร้อมกันนั้นพระบาทสมเด็จพระพุทธยอดฟ้าจุฬาโลกฯ ทรงประกอบพิธีบรมราชาภิเษก ตามโบราณราชประเพณีอีกครั้งหนึ่ง ภายในพระอารามหลวง ในปี พ.ศ. ๒๓๒๘

Introduction

The Construction of Krung Ratanakosin (Bangkok)

The Kingdom of Thailand has a history stretching back 800 years, and there have been four capital cities, namely, Krung Sukhothai, Krung Sri Ayutthaya, Krung Thonburi and Krung Ratanakosin (Bangkok).

King Rama I moved the capital, now Bangkok, to the east bank of the Chao Phraya River and held an abbreviated victory coronation ceremony on 10th June 1782. He named the new capital "Ratanakosin Indra Ayothaya."

King Rama III renamed the capital as "Krung Thep Mahanakhon Boworn Ratanakosin Mahin Ayutthaya." and it was renamed once again in the reign of King Rama IV as "*Krung Thep Mahanakhon Amorn Ratanakosin Mahintharayutthaya Mahadilokphop Nopharat Ratchathanee Burirom Udomratchanivet Mahasathan Amornphimarn Awatan Sathit Sakkathatiya Visanukamprasit.*" The capital has retained this name since then, which is usually shortened to "Krung Thep Mahanakhon."

The Construction of the Grand Palace

When King Rama I decided to create a new capital, he also began construction of a new palace on 6th May 1782, which was at first built entirely of wood and surrounded by a log wall. He held an abbreviated victory coronation on 10th June 1782, and on 13th June that year he travelled in a waterborne procession to his palace, where another coronation was held, thus becoming the first monarch of the Chakri dynasty.

Construction of the capital and the Grand Palace, which occupies an area of approximately 132 rai began in earnest in 1783, as did the construction of the fortifications and gates surrounding the palace. In the Second Reign, the Grand Palace was expanded to the south and more forts were added increasing the total area to 152 rai 2 ngan. The lengths of the walls were 410 meters on the northern side, 510 meters on the eastern side, 360 meters on the southern side and 630 meters on the western side, and remain unchanged until the present day.

The architecture of the Grand Palace is exceedingly beautiful, combining religious and royal significance, a tradition inherited from the former capital of Ayutthaya.

The Construction of the Temple of the Emerald Buddha

Construction of Wat Phra Sri Ratanasasadaram (the Temple of the Emerald Buddha) as the Royal Chapel within the Grand Palace followed an ancient tradition, that of Wat Mahathat which was built inside the grounds of Sukhothai's royal palace and Wat Phra Sri Sanphetch the royal temple built inside the grounds of Ayutthaya royal palace. In accordance with this tradition the Wat Phra Sri Ratanasasadaram was built inside the grounds of the Grand Palace to house the city's Emerald Buddha Image. Construction of the temple began in 1783 and was completed in 1785. In accordance with ancient practice King Rama I then held another coronation in Wat Phra Sri Ratanasasadaram in 1785.

พระบรมมหาราชวัง

พระบรมมหาราชวัง ตั้งอยู่บนถนนหน้าพระลาน ตรงข้ามสนามหลวง(ทุ่งพระเมรุ) อยู่ทางทิศเหนือ ทิศตะวันออกจรดถนนสนามไชย ทิศตะวันตกจรดถนนมหาราช ทิศใต้ซึ่งเป็นด้านหลังพระบรมมหาราชวังจรดถนนท้ายวัง

พระบรมมหาราชวัง ล้อมรอบด้วยกำแพงสีขาว ก่ออิฐถือปูนมีใบบังบนสันกำแพงเป็นรูปเสมา

สำหรับกำบังกายยามที่ต้องต่อสู้กับศัตรู มีป้อมรวม ๑๗ ป้อม มีพระที่นั่งสุทไธศวรรย์ปราสาท ตั้งอยู่บนกำแพงพระราชวัง บนถนนสนามไชย

ภายในพระบรมมหาราชวัง มีถนนสายสำคัญ ๓ สายคือ ถนนอมรวิถี ถนนจักรีจรัล ถนนเขื่อนขันธ์นิเวศน์ แบ่งเป็น ๔ ส่วนได้แก่

พระราชฐานชั้นนอก อยู่ด้านหน้าพระราชวังทางทิศเหนือ เป็นที่ตั้งสถานที่ราชการต่างๆ เช่น ศาลาลูกขุนในฝ่ายทหาร (กรมพระกลาโหม) ศาลาลูกขุนในฝ่ายพลเรือน (กรมมหาดไทย) กรมท่า กรมคลังสมบัติ กรมล้อมพระราชวัง กรมสนมพลเรือน

พระราชฐานชั้นกลาง อยู่ส่วนกลางของพื้นที่ เป็นที่ตั้ง พระมหาปราสาท พระราช-มณเฑียร ประกอบด้วยพระตำหนักที่ประทับของ พระมหากษัตริย์ พระมเหสี เทวีพระราชโอรส พระราชธิดา ตลอดจน เจ้าจอม สนมกำนัล และพนักงานหญิงล้วน

พระราชฐานชั้นใน อยู่ส่วนหลังสุดของพระบรมมหาราชวัง เป็นที่ตั้งพระตำหนักที่ประทับของพระราชวงศ์ และข้าทูลละอองธุลีพระบาท ฝ่ายในที่เป็นหญิงล้วนและเจ้านายผู้ชายที่ยังทรงพระเยาว์ก่อนพระชนมายุ ๑๓ ชันษา

สนามไชย เป็นสนามหญ้าขนาดเล็ก อยู่ภายในกำแพงพระบรมมหาราชวัง ด้านทิศตะวันออกหน้าศาลาสหทัยสมาคม ติดกับกำแพงวัดพระศรีรัตนศาสดารามด้านทิศเหนือ

วัดพระศรีรัตนศาสดาราม เป็นพระอารามในวังแบบโบราณ

สนามหลวง อยู่นอกเขตพระราชฐานด้านหน้าพระบรมมหาราชวัง เป็นรูปแบบสนามที่จำลองการสร้างมาจากสมัยกรุงศรีอยุธยา ใช้เป็นที่ประกอบพระราชพิธีสำคัญ

พระบรมมหาราชวังแห่งนี้ เป็นที่ประทับของพระมหากษัตริย์ และพระมเหสี เทวีพระราชโอรส พระราชธิดา สนมกำนัล ตลอดจนข้าราชบริพารและข้าราชการ มาเป็นระยะเวลายาวนาน จาก พ.ศ ๒๓๒๖ จนกระทั่งถึงปีพ.ศ. ๒๔๖๘

ภาพ : พระบรมมหาราชวังและวัดพระแก้วมองจากสนามหลวงในฤดูเล่นว่าว

The Grand Palace

The Grand Palace is surrounded by Sanam Luang to the west, Sanam Chai to the east, Maharaj Road to the west and Thy Wang road to the south.

The white painted walls of the Grand Palace are constructed of bricks and mortar. There are a total of 17 forts, or battlements built atop the walls. A portion of the east wall forms the lower part of the eastern wall of the Sutthaisawan Prasat Throne Hall.

The Palace is divided into four areas, namely:

The Outer Zone, situated at the front of the palace on the northern side, is where various government offices are situated, including those for military officials, civil officials, the harbor department and the royal treasury.

The Middle Zone, situated at the center of the palace, where the Phra Mahaprasart and Phra Ratchamonthien are located, was until 1925 the residence of the king, the queen, the princes, the princesses, the royal concubines, ladies-in-waiting and female officials.

The Inner Zone, at the rear of the Grand Palace includes the buildings where members of the royal family and royal attendants, as well as princes under 13 years of age used to reside.

Sanam Chai is a small lawn within the walls of the Grand Palace situated on the eastern side in front of Sala Sahathai Samakhom and near the walls of the Emerald Buddha Temple located to the north.

The Temple of the Emerald Buddha, is a royal temple situated within the Grand Palace in accordance with ancient tradition.

Sanam Luang (Phra Meru ground), located outside the walls of the Grand Palace and to its front, was copied from Ayutthaya and is used for various royal ceremonies.

The Grand Palace was the residence of the kings, queens, princes, princesses, ladies-in-waiting and officials from 1783 until 1925.

Picture : *The Grand Palace and the Temple of the Emerald Buddha, viewed from Sanam Luang, during the kite-flying season.*

วัดพระศรีรัตนศาสดาราม

วัดพระศรีรัตนศาสดารามหรือเรียกสั้นๆ ทั่วไปว่า "วัดพระแก้ว" ทั้งนี้เพราะเป็นวัดที่ประดิษฐานพระพุทธมหามณีรัตนปฏิมากร หรือเรียกว่า "พระแก้วมรกต" สร้างขึ้นพร้อมพระบรมมหาราชวัง ในปี พ.ศ. ๒๓๒๖

วัดพระศรีรัตนศาสดาราม เป็นวัดที่สร้างขึ้นภายในเขตพระบรมมหาราชวังตามแบบแผนการสร้างพระบรมมหาราชวังแต่ครั้งโบราณ เป็นวัดที่มีเฉพาะเขตพุทธาวาส ไม่มีเขตสังฆาวาสให้พระสงฆ์จำพรรษา ตั้งอยู่ทางด้านตะวันออกเฉียงเหนือของพระบรมมหาราชวัง มีกำแพงวัดล้อมรอบทั้งสี่ด้าน ด้านในคือ พระระเบียงคด เป็นห้องยาวรายล้อมพระอาราม บนผนังพระระเบียง มีภาพจิตรกรรมฝาผนัง เรื่องรามเกียรติ์ ตั้งแต่ต้นจนจบ มีประตูทางเข้าวัดทั้งหมด ๗ ประตูดังนี้

ทิศตะวันตก มี ๓ ประตู ได้แก่ ประตูพระฤๅษี ประตูเกยเสด็จ (หลัง) และประตูสนามไชย เฉพาะประตูเกยเสด็จ (หลัง) มีเกยและพลับพลาเปลื้องเครื่อง

ทิศตะวันออก มี ๒ ประตู ได้แก่ ประตูเกยเสด็จ (หน้า) และประตูหน้าวัว เฉพาะประตูเกยเสด็จ (หน้า) เป็นประตูงดงามมาก ยอดประตูทรงมงกุฎ ประดับด้วยกระเบื้องแตก สีสันงดงาม

ทิศเหนือ มี ๑ ประตูคือ ประตูวิหารยอด ซึ่งเป็นประตูเข้าออกวัดที่ตรงกับประตูกำแพงพระบรมมหาราชวัง ที่ชื่อว่า ประตูมณีนพรัตน์

ทิศใต้ มี ๑ ประตู คือ ประตูศรีรัตนศาสดา เป็นประตูเข้าสู่เขตพระราชฐานชั้นกลาง

ภายในพื้นที่ของพระอาราม ประกอบด้วย ศาสนสถานและศาสนวัตถุต่างๆ กล่าวคือ พระอุโบสถ พระพุทธมหามณีรัตนปฏิมากร (พระแก้วมรกต) ศาลารายรอบพระอุโบสถ หอพระราชพงศานุสร หอพระราชกรมานุสร หอระฆัง หอพระคันธารราษฎร์ พระมณฑป หอพระมณเฑียรธรรม หอพระนาก วิหารยอด ปราสาทพระเทพบิดร พระศรีรัตนเจดีย์ รูปหล่อช้างโลหะ (ตั้งอยู่รายรอบพระมณฑป) รูปนครวัดจำลอง พระพุทธรูปหิน พระปรางค์แปดยอด

ภาพ : *วัดพระศรีรัตนศาสดาราม ด้านกำแพงแก้วทิศตะวันตกหน้าสนามไชย*

Wat Phra Sri Ratanasasadaram

Wat Phra Sri Ratanasasadaram, familiarly called the "Temple of the Emerald Buddha", houses the Emerald Buddha Image and was constructed in 1783.

The temple has an area to house Buddha images but lacks accommodation to house monks. The temple is enclosed by walls on four sides. The inner wall forms a gallery for mural paintings depicting the story of the Ramakian in its entirety. There are seven entrances to the temple.

On the western side there are 3 gates known as the Hermit, the Koeysadet (Rear) and the Sanam Chai Gates. On the eastern side, there are 2 gates, the Koeysadet (Front) and Na Wua Gates. The Koeysadet (Front) Gate, in particular, is very beautiful. On the northern side, there is only one gate, the Viharn Yord Gate and on the southern side, there is also only one gate, namely the Sri Ratanasasada Gate, which leads to the middle zone of the Grand Palace.

The temple houses various religious structures and objects including :

- the Phra Ubosot
- the Emerald Buddha Image
- the Sala Rai around the Phra Ubosot
- the Ratchaphongsanusorn Buddha Image Hall
- the Ratchakoramanusorn Buddha Image Hall
- the Bell Tower
- the Khanthararat Buddha Image Hall
- the Phra Mondop
- the Monthientham Buddha Image Hall
- the Nag Buddha Image Hall
- the Viharn Yod Buddha Image Hall
- the Prasat Phra Thep Bidorn
- the Phra Sri Ratana Chedi
- the cast metal elephants (arranged around the Phra Mondop)
- the miniature Angkor Wat
- the stone Buddha images and the Eight Spires.

Picture : *The Temple of the Emerald Buddha with the boundary walls on the west and the Sanam Chai lawn at the front.*

จิตรกรรมฝาผนังรอบพระระเบียง

พระระเบียง คือ กำแพงวัดที่สร้างเป็นอาคารโอบล้อมพระอารามไว้ทั้งหมด จิตรกรรมฝาผนังพระระเบียง ก็คือภาพวาดบนฝาผนังของพระระเบียงโดยตลอด เป็น เรื่องราวรามเกียรติ์โดยละเอียดสมบูรณ์ มีคำบรรยายท้องเรื่องใต้ภาพสั้นๆ อธิบายเป็น ห้องๆ ทั้งหมดมี ๑๗๘ ห้อง

เริ่มเรื่องรามเกียรติ์จากห้องที่ ๑ ที่ประตู ๗ ประตูวิหารยอด ด้านขวา ส่วนด้าน ซ้ายเป็นตอนจบของเรื่องรามเกียรติ์ห้องที่ ๑๗๘ พอดี นอกจากนี้ภาพตามผนังเสาและ กำแพงริมทางเดินจากประตู ยังเป็นเรื่องราวของพระนารายณ์ ๘๐ ปาง ก่อนที่จะอวตาร ลงมาเป็นพระราม

พระบาทสมเด็จพระพุทธยอดฟ้าจุฬาโลกมหาราช ทรงพระราชนิพนธ์บทละคร เรื่องรามเกียรติ์ ที่นับได้ว่าเป็นรามเกียรติ์ที่มีเนื้อความจบบริบูรณ์ที่สุด เริ่มตั้งแต่หิรันต- ยักษ์ ม้วนแผ่นดิน พระนารายณ์ลงมาปราบ เกิดอโนมาตัน แรกสร้างกรุงอยุธยา สงครามระหว่างมนุษย์กับยักษ์ จนกระทั่งพระรามและนางสีดาครองกรุงอยุธยา

จิตรกรรมฝาผนังแห่งนี้ พระบาทสมเด็จพระพุทธยอดฟ้าจุฬาโลกมหาราช โปรดเกล้าฯ ให้ช่างเขียนภาพเล่าเรื่องรามเกียรติ์ ตามพระราชนิพนธ์ เป็นครั้งแรก

ในรัชกาลที่ ๓ ลบเขียนใหม่ และซ่อมใหม่อีกครั้งในรัชกาลที่ ๕ เมื่อครั้งฉลองกรุง ครบ ๑๐๐ ปี และซ่อมภาพเมื่อครั้งฉลองกรุงครบ ๑๕๐ ปี ในรัชกาลที่ ๗ พ.ศ. ๒๔๗๕ ซ่อมแซมครั้งสุดท้ายในรัชกาลปัจจุบัน เมื่อครั้งฉลองกรุงครบ ๒๐๐ ปี พ.ศ. ๒๕๒๕

Mural Paintings on the Gallery Walls

Phra Rabiang is the wall that surrounds the entire temple of the Emerald Buddha. The murals on the walls of this gallery depict the story of Ramakian in its entirety with short captions beneath the pictures. The gallery is divided into 178 chambers.

The story of Ramakian begins in the first chamber at Gate No. 7 on the right, opposite the Viharn Yod, while on the left is the final segment of the Ramakian, in chamber No. 178. In addition, the murals on the columns and the walls leading from the gates relate 80 episodes of Phra Narai's story before his *avatarn* (reincarnation) as Phra Ram.

King Rama I was himself the author of the most complete edition of Ramakian, beginning with the episode of the giant Hiranyak rolling up the earth and Phra Narai vanquishing him, construction of Ayutthaya, the war between humans and giants, leading to Phra Ram and Naang Sida finally ruling Ayutthaya.

The Ramakian murals were painted in accordance with King Rama I's edition of the Ramakian.

In the Third Reign, the murals were erased and repainted and were again repaired in the Fifth Reign, to mark the capital's centenary. The murals were repaired for a third time in the Seventh Reign in 1932 to mark 150 years of the capital's existence. The most recent repairs to the murals were made in 1982, in the present reign, to mark the capital's bicentenary.

ภาพ : จิตรกรรมฝาผนังเรื่องรามเกียรติ์ที่ระเบียงด้านทิศเหนือ

Picture : *Mural paintings depicting episodes from Ramakian, northern gallery.*

ประตูที่ ๑ ประตูเกยเสด็จ (หน้า)

ประตูเกยเสด็จ (หน้า) เป็นประตูอยู่ด้านทิศตะวันออก ตรงหน้าปราสาทพระเทพบิดร ทางออกตรงกับประตูกำแพงพระบรมมหาราชวัง คือ ประตูสวัสดิ์โสภา ถือเป็นประตูสำคัญ สร้างในสมัยรัชกาลที่ ๔ ตัวประตูมีเกย และพลับพลาเปลื้องเครื่อง ยอดประตูทรงมงกุฎ เป็นประตูขยายแนวเขตพระบรมมหาราชวังใหม่

ผนังประตูทางเดิน เป็นรูปวาดท้าวสหัสเดชะ (ยักษ์) นิลพัท (ลิง) หนุมาน (ลิง) และ ทศกัณฐ์ (ยักษ์) หน้าประตูด้านในพระอาราม มียักษ์ปูนปั้นตัวใหญ่สูง ๖ เมตร ประดับกระเบื้องเคลือบสีต่างๆ อย่างประณีตงดงาม ๒ ตน คือ สุริยาภพ อยู่ด้านซ้าย และอินทรชิตอยู่ด้านขวา

สุริยาภพ (SURIYAPHOB) เป็นยักษ์ กายสีแดงชาด บุตรท้าวจักรวรรดิ แห่งกรุงมลิวัน ผู้เป็นสหายของทศกัณฐ์ มีหอกเมฆพัท ที่พระอิศวรประทานให้เป็นอาวุธ มีฤทธิ์มาก มีพระเวทตบะกรรม์ปลุกเสก หากเสกครบพันคาบ แม้เทวดาก็สู้ไม่ได้ พุ่งหอกเมฆพัทไปต้องอกของพระสัตรุดจนสลบ แต่ที่สุดถูกพระพรตแผลงศรพรหมาสตร์สังหาร

อินทรชิต (INDRAJIT) เป็นยักษ์ กายสีเขียว เป็นบุตรสุดรักของทศกัณฐ์กับนางมณโฑ เดิมชื่อ "รณภักตร์กุมาร" เพราะเป็นผู้มีฤทธิ์มาก สามารถปราบพระอินทร์ได้ จึงเปลี่ยนชื่อมาเป็นอินทรชิต ได้รับอาวุธศักดิ์สิทธิ์จากพระอิศวร พระพรหม พระนารายณ์ คือ ศรพรหมาสตร์ ศรนาคบาศ และศรวิษณุปาณัม ตามลำดับ ในที่สุดก็ต้องตายด้วยศรพรหมาสตร์ของพระราม

หมายเหตุ ชื่อภาษาอังกฤษข้างต้น ปรากฏอยู่บนฐานใต้รูปปั้น

ภาพ : *ยักษ์สุริยาภพ (ซ้าย) ยักษ์อินทรชิต (ขวา) เป็นยักษ์เฝ้าประตูเกยเสด็จ (หน้า)*

Gate No. 1, Koeysadet (Front) Gate

The Koeysadet (Front) Gate, on the eastern side of the temple, is in front of Prasat Phra Thep Bidorn and opposite the Grand Palace's Sawadsopha Gate. This is an important gate built in the Fourth Reign. The gate has a ramp for mounting elephants and an undressing pavilion. The top of the gate forms a pointed crown.

The murals on the walls of the gate depict Thao ahasadecha (a giant), Nilaphat (a monkey), Hanuman (a monkey) and Thosakan (a giant). In front of the gate, inside the temple, two 6-meter tall plaster giants beautifully decorated with glazed colored tiles, stand guard. They are Suriyaphob, on the left, and Indrachit, on the right.

Suriyaphob, a giant with a bright red body, was the son of Thao Chakrawad, ruler of Krung Maliwan and friend of Thosakan. He holds the Mekhaphat spear, which was given to him as a weapon by Phra Isuan. The spear was very potent and had magical power. After a thousand incantations, not even the angels could withstand it. According to legend the spear was thrown at Phra Satarut and made him faint. Suriyaphob, the giant was slain by Phra Phrot using his Phrommat arrow.

Indrachit, a giant with a green body, was the beloved son of Thosakan and Naang Montho. His name was originally "Ronaphak Kumarn" because of his potent powers. Because he defeated Phra Indra, his name was changed to Indrachit. He was given sacred weapons by Phra Isuan, Brahma, and Phra Narai including the Phrommat, Nagabat and Vishnupanam arrows. Finally Indrachit, like Mangkornkan before him, was killed by Phra Ram's Phrommat arrow.

Picture : *The giants Suriyaphob (left) and Indrachit (right) , guarding Koeysadet (front) Gate.*

ประตูที่ ๒ ประตูหน้าวัว

ประตูหน้าวัว เป็นประตูอยู่ด้านทิศตะวันออก ตรงหน้าพระอุโบสถพอดี ด้านหน้าประตูมีวัวสำริดหนึ่งคู่ วัวนี้เคยตั้งหน้าพลับพลาสำหรับพระราชพิธีจรดพระนังคัลแรกนาขวัญในรัชกาลที่ ๑ และเป็นประตูที่เปิดให้ออกไปชมพระปรางค์แปดองค์ ที่อยู่ด้านนอกพระระเบียงหกองค์ อยู่ในพระระเบียงสององค์

ผนังประตูทางเดินเป็นรูปวาดสุริยาภพ (ยักษ์) นิลปานัน (ลิง) องคต (ลิง) หน้าประตูด้านในพระอาราม มียักษ์ปูนปั้นตัวสูงใหญ่ ๖ เมตร ประดับกระเบื้องเคลือบสีต่างๆ อย่างประณีตงดงาม ๒ ตน คือ มังกรกัณฐ์ อยู่ด้านซ้าย และวิรูฬหก อยู่ด้านขวา

มังกรกัณฐ์ (MAN-KOR KARN) เป็นยักษ์ กายสีเขียว บุตรพญาขรผู้ครองกรุงโรมคัลเป็นเพื่อนทศกัณฐ์ เป็นควายทรพีกลับชาติมาเกิด พระอิศวรสาปให้ตายด้วยศรพระราม สุดท้ายพระรามแผลงศรพรหมาสตร์ฆ่ามังกรกัณฐ์

วิรูฬหก (VIRULHOK) เป็นยักษ์ กายสีขาบ หรือสีน้ำเงินแก่ เป็นพญารากษสแห่งมหาอันธกาลนครใต้บาดาล เป็นผู้ที่ทำให้เขาไกรลาสอันเป็นที่ประทับของพระอิศวรทรุด เมื่อครั้งขึ้นไปเข้าเฝ้าพระอิศวร ด้วยความโกรธที่ตุ๊กแกร้องทัก ในขณะที่กราบพระอิศวรแต่ละขั้นบันไดจึงใช้สายสังวาลขว้างไปยังตุ๊กแก เกิดความสะเทือนเลื่อนลั่นจนเขาไกรลาสทรุด

หมายเหตุ ชื่อภาษาอังกฤษข้างต้น ปรากฏอยู่บนฐานใต้รูปปั้น

Gate No. 2, Na Wua Gate

The Na Wua Gate is on the eastern side of the temple, directly opposite the Phra Ubosot, or chapel. A pair of bronze oxen, used in the Plowing Ceremony in the First Reign, stand near to the gate. Passing through the gate enables visitors to view the six spires, out of a total of eight, which stand outside the gallery.

Murals along both sides of the entrance depict Suriyaphob (a giant), Nilpanan (a monkey) and Ongkhot (a monkey). In front of the gate, inside the temple, two 6-meter tall plaster giants beautifully decorated with glazed colored tiles, stand guard. They are Mangkornkan, on the left, and Virulhok, on the right.

Mangkornkan, a giant with a green body, was the son of Phya Khon, ruler of Romkhal City and friend of Thosakan. He was Thoraphee, an ungrateful buffalo, that had been reincarnated as a giant and who was cursed by Phra Isuan to die by Phra Ram's arrow. Finally, Mangkornkan was indeed killed by Phra Ram's Phrommat arrow.

Virulhok, a giant with a dark blue body, was the ruler of Maha Anthakarn, the subterranean world. He once caused Mount Krailart, the abode of Phra Isuan, to subside. This happened when he went for an audience with Phra Isuan and was affronted by a gecko which cried out at his every step as he bowed to Phra Isuan. In anger, he threw a sash at the gecko, which caused such a tremor that the Krailart mountain subsided.

ภาพ : *ยักษ์มังกรกัณฐ์ (ซ้าย) ยักษ์วิรูฬหก (ขวา) เป็นยักษ์เฝ้าประตูหน้าวัว*

Picture : *The giants Mangkornkan (left) and Virulhok (right), guarding Na Wua Gate.*

ประตูที่ ๓ ประตูพระศรีรัตนศาสดา

ประตูพระศรีรัตนศาสดา เป็นประตูด้านทิศเหนือ เชื่อมระหว่างพระอารามกับ
ทางเข้าสู่เขตพระราชฐานชั้นกลาง เป็นทางสำหรับฝ่ายในพระบรมมหาราชวังออกมา
ทำบุญ ปัจจุบันคือ ประตูทางออกของนักท่องเที่ยว

ผนังประตูทางเดิน เป็นรูปวาด นิลขันธ์ (ลิง) อยู่ผนังด้านใน ผนังช่องประตู
เป็นภาพวาดสุพรรณมัจฉา (ยักขินีกึ่งปลา) กากนาสูร (ยักขินีกึ่งนก) สำมนักขา (ยักขินี)
และเบญกาย (ยักขินี) หน้าประตูด้านในพระอาราม มียักษ์ปูนปั้นขนาดใหญ่ สูง ๖ เมตร
ประดับกระเบื้องเคลือบสีต่างๆ อย่างประณีตงดงาม ๒ ตน คือ ทศคีรีธร อยู่ด้านซ้าย
และทศคีรีวัน อยู่ด้านขวา

ทศคีรีธร (TOSAGIRITHORN) เป็นยักษ์ลูกทศกัณฐ์กับนางช้าง มีกายสีหงษ์ดิน
หรือสีหม้อใหม่ ปลายจมูกเป็นงวงช้าง แต่ท้าวอัศกรรณมารา เจ้าเมืองดุรัม สหายทศกัณฐ์
ขอไปเลี้ยงเป็นบุตรบุญธรรม มีศรสิทธิ์เป็นอาวุธ เวลายิงออกไปเป็นอาวุธเก้าประการ
สุดท้ายต้องศรพระลักษมณ์ตาย

ทศคีรีวัน (TOSAGIRIVAN) เป็นยักษ์คู่แฝดกับทศคีรีธร บุตรทศกัณฐ์กับนางช้าง
มีกายสีเขียว ปลายจมูกเป็นงวงช้าง ท้าวอัศกรรณมารา ขอไปเลี้ยงเป็นบุตรบุญธรรม
เช่นกัน มีศรสิทธิ์เป็นอาวุธ เวลายิงออกไปกระจายเป็นอาวุธเก้าประการ สุดท้ายต้องศร
พระลักษมณ์ตาย

หมายเหตุ ชื่อภาษาอังกฤษข้างต้น ปรากฏอยู่บนฐานใต้รูปปั้น

Gate No. 3, Phra Sri Ratanasasada Gate

This gate, on the northern side of the temple, connects to the middle zone
of the Grand Palace and permitted those residing in the palace at the time to enter
the temple to make merit. The gate is now the exit gate for tourists and other visitors.

Murals along both sides of the entrance depict Nilkhan (a monkey), while the
panels of the gate depict Suphanmacha (female giant-half fish), Kakanasoon (female
giant-half bird), Samanakha (female giant) and Benyakai (female giant). At the front
of the gate, inside the temple, two 6-meter tall plaster giants beautifully decorated
with glazed colored tiles, stand guard. They are Thosagirithorn on the left and
Thosagirivan, on the right.

Thosagirithorn was the son of Thosakan and an Elephant. His body was
light brown in color and the tip of his nose was an elephant's trunk. Thao Asakan-
mara, the ruler of Duram City and a friend of Thosakan, asked Tosakan for Thosagirithorn
so that he could raise him as an adopted son. Thosagirithorn was armed with
a magical bow and arrows which, when shot, separated into nine different types of
weapons but he was none the less killed by an arrow shot by Phra Lak.

Thosagirivan was the twin giant of Thosagirithorn. His body was light green
and the tip of his nose was an elephant's trunk. Thao Asakan-mara also adopted
him as a son. He, like Thosagirithorn, was also armed with a magical bow and arrows
which, when shot, separated into nine different types of weapons. Finally, like his
twin brother, he was also killed by an arrow shot by Phra Lak.

ภาพ : ยักษ์ทศคีรีธร (ซ้าย) ยักษ์ทศคีรีวัน (ขวา) เป็นยักษ์เฝ้าประตูพระศรีรัตนศาสดา

Picture : *The giants Thosagirithorn (left) and Thosagirivan (right), guarding Phra Sri Ratanasasada
Gate.*

Kodak
EXPRESS

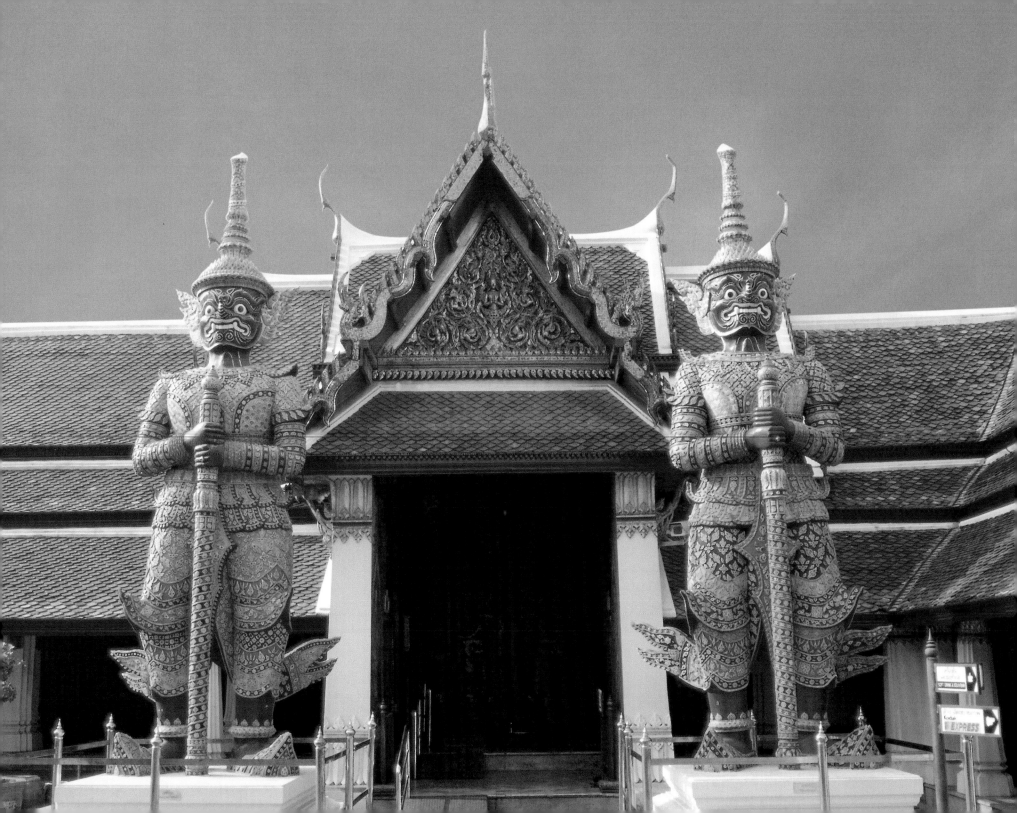

ประตูที่ ๔ ประตูพระฤาษี

ประตูพระฤาษี เป็นประตูแรกของด้านทิศตะวันตกเป็นหนึ่งใน ๓ ประตูของด้านนี้ เป็นประตูทางด้านหลังอาคารสหทัยสมาคม ปัจจุบันเป็นประตูทางเข้าของนักท่องเที่ยว เมื่อเข้าไปจะพบรูปปั้นพระฤาษีชีวกโกมารภัจจ์ เป็นหมอฤาษี มีฤทธิ์ในทางรักษาโรคภัยไข้เจ็บ

ผนังประตูทางเข้า เป็นรูปวาดท้าวอัศกรรณมารา (ยักษ์) นิลราช (ลิง) โคมุท (ลิง) และท้าวจักรวรรดิ (ยักษ์) หน้าประตูด้านในพระอารามมียักษ์ปูนปั้นตัวใหญ่ สูง 6 เมตร ประดับกระเบื้องเคลือบสีต่างๆ อย่างประณีตงดงาม ๒ ตน คือ จักรวรรดิ อยู่ด้านซ้าย และอัศกรรณมาราอยู่ด้านขวา เป็นทวารบาล (ยามเฝ้าประตู)

จักรวรรดิ (CAKRAVARTI) เป็นพญายักษ์กายสีขาว สหายทศกัณฐ์ ครองกรุงมลิวัน เป็นผู้มีอิทธิฤทธิ์มาก รอบกรุงมลิวันจะมีด่านไฟบรรลัยกัลป์ และด่านน้ำกรด มีบทบาทในเรื่องรามเกียรติ์หลังจากทศกัณฐ์ตายไปแล้ว คือยกทัพเข้ารบยึดกรุงลงกาคืนจากท้าวทศคิริวงศ์ (พิเภก) ให้กับไพนาสุริยวงศ์ บุตรทศกัณฐ์กับนางมณโฑ และเปลี่ยนนามไพนาสุริย์วงศ์เป็นท้าวทศพิน

อัศกรรณมารา (ASKAN-MARA) เป็นพญายักษ์ กายสีม่วงแก่ ครองกรุงดุรัม เป็นสหายทศกัณฐ์ มีอีกชื่อหนึ่งว่า อัศกรรณมาราสูร ได้รับพรวิเศษจากพระอิศวรคือ เมื่อร่างที่ขาดออกจากกันจะกลายเป็นอีกร่างหนึ่งเพิ่มขึ้นมาทันที ยิ่งร่างกายขาดเป็นท่อนมากเพียงไรก็จะเป็นอัศกรรณมาราเพิ่มมากเพียงนั้น สุดท้ายพระรามแผลงศรพรหมาสตร์ไปต้องอัศกรรณมารา แล้วเป็นลมหอบพัดเอาชิ้นส่วนไปทิ้งลงน้ำทำให้อัศกรรณมาราสิ้นชีวิต

หมายเหตุ ชื่อภาษาอังกฤษข้างต้น ปรากฏอยู่บนฐานใต้รูปปั้น

ภาพ : *ยักษ์จักรวรรดิ (ซ้าย) ยักษ์อัศกรรณมารา (ขวา) เป็นยักษ์เฝ้าประตูฤาษี*

Gate No. 4, Hermit Gate

The Hermit Gate is located at the back of the Sahathai Samakhom Building. At present the gate is used by tourists as an entrance to the temple. Inside, there is a statue of the hermit Cheewaka Komarapach which has healing powers.

Murals along both sides of the entrance depict Thao Asakan-mara (a giant), Nilaraj (a monkey), Khomut (a monkey) and Thao Chakrawad (a giant). At the front of the gate, inside the temple, two 6-meter tall plaster giants, beautifully decorated with glazed colored tiles, stand guard. They are Chakrawad, on the left and Asakan-mara, on the right.

Chakrawad, a chief of giants possessed a white body, was a friend of Thosakan and the ruler of Maliwan City. He had strong magical powers. His city was protected by a ring of fire and had an acid frontier. He assumed an important role in the story of Ramakian after the death of Thosakan as leader of an army to retake Lanka City from Thao Thosagiriwong (Phiphek) and to return it to Phaina Suriyawong, a son of Thosakan and Naang Montho. Chakrawad changed Phaina Suriyawong's name to Thao Thosaphin who then ruled Lanka city.

Asakan-mara, also a chief of giants, possessed a purple body and was the ruler of Duram City and a friend of Thosakan. He was also known as Asakan- marasoon. Asakan-mara was given a special blessing by Phra Isuan whereby any part of his body that was severed would become another body. The more body parts severed, the more new bodies would be formed. Finally, Asakan-mara was struck by a Phrommat arrow from Phra Ram's bow and the power of the arrow was such that it blew all his body parts into a river thus preventing them from forming new bodies and he was killed.

Picture : *The giants Chakrawad (left) and Asakan-mara (right), guarding Hermit Gate.*

ประตูที่ ๕ ประตูเกยเสด็จ (หลัง)

ประตูเกยเสด็จ (หลัง) ประตูกลางด้านทิศตะวันตก หน้าประตูเป็นถนนผ่านหน้าศาลาสหทัยสมาคม ด้านหน้าประตูมีเกยและพลับพลาเปลื้องเครื่อง ประตูด้านนี้ปิดอยู่ตลอดเวลา

ผนังประตูทางเข้าเป็นรูปวาดมัจฉานุ (ลูกหนุมานกับสุพรรณมัจฉา) ยักษ์ตรีเศียรและยักษ์อัศธาดา หน้าประตูด้านในพระอาราม มียักษ์ปูนปั้นตัวใหญ่สูง ๖ เมตร ประดับกระเบื้องเคลือบสีต่างๆ อย่างประณีตงดงาม ๒ ตน คือ ทศกัณฐ์ อยู่ด้านซ้าย สหัสเดชะอยู่ด้านขวา เป็นทวารบาล (ยามเฝ้าประตู)

ทศกัณฐ์ (TOSAKANTH หรือ RAVANA) พญาราพณ์ กายสีเขียว เป็นเจ้าครองกรุงลงกา มี ๑๐ หน้า ๒๐ มือ ถืออาวุธครบครัน มีมเหสีเอกชื่อ นางมณโฑ มเหสีรองชื่อนางกาลอัคคี ทศกัณฐ์คือ นนทก (ยักษ์ล้างเท้าเทวดาที่เขาไกรลาส) กลับชาติมาเกิด เป็นบิดานางสีดาที่เกิดจากนางมณโฑ แต่ด้วยความที่ไม่รู้ว่านางสีดาคือบุตรี จึงเป็นคู่ศึกชิงนางสีดากับพระรามในเรื่องรามเกียรติ์

สหัสเดชะ (SAHASSADEJA) เป็นพญายักษ์ กายสีขาว ครองเมืองปางตาล พี่ชายพญามูลพลัม ผู้เป็นอุปราชและเป็นสหายกับทศกัณฐ์ สหัสเดชะเป็นยักษ์ที่มี ๑,๐๐๐ หน้า ๒,๐๐๐ มือ มีอาวุธวิเศษคือ กระบองตาล และสิ้นชีวิตด้วยฝีมือหนุมาน

หมายเหตุ ชื่อภาษาอังกฤษข้างต้น ปรากฏอยู่บนฐานใต้รูปปั้น

Gate No. 5, Koeysadet (Rear) Gate

The Koeysadet (Rear) Gate is the middle gate on the western side. The road passing in front of Sala Sahathai Samakhom passes by this gate. In front of the gate, there is a ramp for mounting elephants and an undressing pavilion. The gate is kept permanently shut.

Murals along both sides of the entrance depict Machanu (a son of Hanuman and Suphanmacha) and Tri-Sian and Asthada (both giants). At the front of the gate, inside the temple, two 6-meter tall plaster giants beautifully decorated with glazed colored tiles, stand guard. They are Thosakan on the left and Sahasadecha on the right.

Thosakan, or Ravana, a giant with a green body, was the ruler of Lanka City. He had 10 faces and 20 hands and each hand was armed with a weapon. His chief consort was Naang Montho while the next in rank was Naang Kal-akee. Thosakan was the reincarnation of Nonthok (the giant who washed the feet of angels on Mount Krailat.) He was the father of Naang Sida, whose mother was Naang Montho, but because he was unaware of this fact he went to war with Phra Ram to win Naang Sida in the story of Ramakian.

Sahasadecha, a chief of giants with a white body, was the ruler of Pangtan City. His younger brother, Phya Moonphlam, was a viceroy and friend of Thosakan. Sahasadecha was a giant with 1,000 faces and 2,000 hands. His most important weapon was a Tan club. He was killed by Hanuman.

ภาพ : *ยักษ์ทศกัณฐ์ (ซ้าย) ยักษ์สหัสเดชะ (ขวา) เป็นยักษ์เฝ้าประตูเกยเสด็จ (หลัง)*

Picture : *Thosakan (left) and Sahasadecha (right), guarding Koeysadet (rear) Gate.*

ประตูที่ ๖ ประตูสนามไชย

ประตูสนามไชย เป็นประตูที่สามของด้านตะวันตก ประตูนี้ตรงกับสนามไชยซึ่งเป็นผืนหญ้าสีเขียวขจี ตรงข้างทางเข้าเขตพระบรมมหาราชวัง จากประตูกำแพงพระบรมมหาราชวังชื่อประตูวิเศษไชยศรี และสนามไชยก็อยู่ด้านหน้าศาลาสหทัยสมาคม

ผนังประตูทางเข้า เป็นภาพวาด ยักษ์ไมยราพ ยักษ์วิรูฬหก ยักษ์มังกรกัณฐ์ และยักษ์สุรเสน

หน้าประตูด้านในพระอาราม มียักษ์ปูนปั้นตัวใหญ่สูง ๖ เมตร ประดับกระเบื้องเคลือบสีต่างๆ อย่างประณีตงดงาม ๒ ตน คือ ไมยราพอยู่ข้างซ้าย และวิรุญจำบังอยู่ข้างขวาเป็นทวารบาล (ยามเฝ้าประตู)

ไมยราพ (MAIYARAB) เป็นพญายักษ์กายสีม่วงอ่อน ครองเมืองบาดาล สหายทศกัณฐ์ บิดาเลี้ยงของมัจฉานุ ผู้เป็นบุตรชายหนุมานกับนางสุพรรณมัจฉา และเป็นผู้เข้าสะกดทัพ ลักพาพระรามไปขังไว้ในกรงเหล็กยังเมืองบาดาล หนุมานตามไปช่วยพระรามขึ้นมาได้ และฆ่าไมยราพตาย

วิรุญจำบัง (VIRUNCAMBANG) เป็นยักษ์ที่มีกายสีมอหมึกหรือสีขาวเจือดำ เป็นบุตรพญาทูษณ์ ผู้ครองเมืองจารึก เป็นหลานทศกัณฐ์ เคยแปลงกายเป็นไรน้ำซ่อนอยู่ใต้ฟองอากาศในน้ำ แต่หนุมานก็ค้นหาจนเจอและฆ่าตาย

ประตูที่ ๗ ประตูวิหารยอด

ประตูวิหารยอดอยู่ตรงข้ามวิหารยอด มีภาพวาดยักษ์ทศคีรีวัน ยักษ์ทศคีรีธร นิลปาสัน (ลิง) วิมลวานร (ลิง) ประตูนี้ไม่มีรูปปั้นยักษ์ทวารบาล เพียงประตูเดียว

หมายเหตุ ชื่อภาษาอังกฤษข้างต้น ปรากฏอยู่บนฐานใต้รูปปั้น

Gate No. 6, Sanam Chai Gate

Sanam Chai Gate is the third gate on the western side facing Sanam Chai, a small area of lawn, in front of Sala Sahathai Samakhom.

Murals along both sides of the entrance depict the giants Maiyarab, Virulhok, Mangkornkan and Surasen. At the front of the gate, inside the temple, two 6-meter tall plaster giants beautifully decorated with glazed colored tiles, stand guard. They are Maiyarab, on the left and Virulchambang, on the right.

Maiyarab, a chief of giants with a light purple body, was the ruler of the subterranean world and a friend of Thosakan. He was the stepfather of Machanu, a son of Hanuman and Suphanmacha. It was he who cast a spell on Phra Ram's army and then kidnapped and held him in an iron cage in the subterranean world. Hanuman succeeded in rescuing Phra Ram and killed Maiyarab.

Virulchambang, a giant with a blackish-white body, was the son of Phya Toos, the ruler of Charuek City and a nephew of Thosakan. He disguised himself as a very tiny water insect and hid in an air bubble but was discovered and killed by Hanuman.

Gate No. 7, Viharn Yod Gate

Viharn Yod Gate is opposite Viharn Yod. It is decorated with pictures of the giants Thosagirivan, Thosagirithorn, Nilpasan (a monkey) and Vimol Wanorn (a monkey). This is the only gate without statues of guardian giants.

ภาพ : *ยักษ์ไมยราพ (ซ้าย) ยักษ์วิรุญจำบัง (ขวา) เป็นยักษ์เฝ้าประตูสนามไชย*

Picture : *The giants Maiyarab (left) and Virulchambang (right), guarding Sanam Chai Gate.*

พระอัษฎามหาเจดีย์ หรือพระปรางค์แปดองค์

พระอัษฎามหาเจดีย์ เป็นชื่อเรียกรวมของพระปรางค์แปดองค์ ตั้งเรียงรายอยู่ด้านตะวันออก หน้าพระอาราม อยู่ด้านนอกพระระเบียง ๖ องค์ อยู่ด้านใน ๒ องค์ ฐานเป็นรูปแปดเหลี่ยม ก่ออิฐฉาบปูน องค์ปรางค์ตกแต่งด้วยลวดลายปูนปั้นประดับกระเบื้องเคลือบสี มียักษ์ปูนปั้นแบกพระปรางค์ไว้โดยรวมทั้ง ๔ ทิศ นับเป็นศิลปะชั้นสูง พระปรางค์ทั้งแปดองค์สร้างขึ้นมาเพื่อถวายเป็นพุทธบูชา จึงมีชื่อเรียกเรียงตามลำดับนับจากทิศเหนือลงมาทิศใต้ดังนี้

ปรางค์สีขาว ชื่อ พระสัมมาสัมพุทธมหาเจดีย์ อุทิศถวายแด่สมเด็จพระสัมมาสัมพุทธเจ้า

ปรางค์สีขาบ หรือสีฟ้าหม่น ชื่อ พระสัทธรรมปริยัติวรามหาเจดีย์ อุทิศถวายแด่พระธรรม

ปรางค์สีชมพู (อยู่ในเขตพระอาราม) ชื่อ พระอริยสงฆ์สาวกมหาเจดีย์ อุทิศถวายแด่พระอริยสงฆ์

ปรางค์สีเขียว (อยู่ในเขตพระอาราม) ชื่อ พระอริยสาวกภิกษุณีสังฆมหาเจดีย์ อุทิศถวายแด่พระภิกษุณี

ปรางค์สีเทา ชื่อ พระปัจเจกโพธิสัมพุทธมหาเจดีย์ อุทิศถวายแด่พระพุทธเจ้าในอดีตชาติ

ปรางค์สีฟ้าอมเทา ชื่อ พระบรมจักรวรรดิราชามหาเจดีย์ อุทิศถวายแด่พระมหากษัตริย์ที่ทรงพระเดชานุภาพ

ปรางค์สีแดง ชื่อ พระโพธิสัตว์กฤษฎามหาเจดีย์ อุทิศถวายแด่พระโพธิสัตว์

ปรางค์สีเหลือง ชื่อ พระศรีอริยเมตยมหาเจดีย์ อุทิศถวายแด่พระพุทธเจ้าในอนาคต

พระอัษฎามหาเจดีย์สร้างในรัชกาลที่ ๑ บูรณะครั้งใหญ่ในรัชกาลที่ ๓ ขยายพระอารามในรัชกาลที่ ๔ ดังนั้นเจดีย์ปรางค์ ๒ องค์ คือ ปรางค์สีชมพู ปรางค์สีเขียว จึงเข้าไปอยู่ในเขตพระอารามเพราะเหตุนี้

Phra Asda Maha Chedi or the Eight Spires

Phra Asda Maha Chedi is the name of the eight phra prangs, or spires, that stand on the eastern side of the temple. Six of the spires are outside the gallery walls, and two are within. Each spire, which has an octagonal base, is constructed of bricks and faced with plaster. The spires are decorated with stucco motifs and glazed colored tiles. Figures of giants holding up the structure surround the spires on all four sides. The effect is highly artistic. The spires were built to worship the Buddha and are named, from north to south, as follows:

Phra Sammasamphuttha Mahachedi is the white prang dedicated to the Buddha.

Phra Satthampariyat Wara Mahachedi is the dark blue prang dedicated to the Dhamma.

The pink prang (within the temple grounds), named Phra Ariyasong Sawok Mahachedi, is dedicated to the Sangha, or order of monks.

The green prang (within the temple grounds) is named Phra Ariya Sawok Phiksunee Sangha Mahachedi and is dedicated to the order of nuns.

Phra Patchek Phothisamphuttha Mahachedi, the gray prang, is dedicated to the Buddha in his previous incarnations.

Phra Borom Chakrawadiraja Mahachedi, the grayish-blue prang, is dedicated to powerful monarchs.

The red prang, named Phra Phothisat Krisda Mahachedi, is dedicated to the Bodhisatta or Buddha before his enlightenment.

The yellow prang, named Phra Sri Ariyametaya Mahachedi, is dedicated to the future Buddha.

The Phra Asda Mahachedis was constructed in the First Reign and underwent major renovations in the Third Reign. The temple grounds were extended in the Fourth Reign and it is for this reason that two of the prangs are now inside the temple.

ภาพ : อัษฎามหาเจดีย์เรียงจากเจดีย์ทิศใต้ (พระศรีอริยเมตยมหาเจดีย์) ไปยังเจดีย์ทิศเหนือ

Picture : The Asda Maha Chedi viewed from the south to the north chedi.

พระฤๅษี และพระโพธิธาตุพิมาน

เมื่อเข้ามาภายในวัดพระศรีรัตนศาสดาราม ทางเข้าประตูแรกด้านทิศตะวันตก ซึ่งเป็นประตูอนุญาตให้เป็นทางเข้าประตูเดียว ประตูนี้ชื่อว่าประตูพระฤๅษี สิ่งที่เห็นทันทีคือ ฤๅษีนั่งชันเข่าอยู่บนแท่นหิน เบื้องหน้ามีเครื่องบดยา ด้านหลังฤๅษี คือ พระโพธิธาตุพิมาน

พระฤๅษี ตนนี้มีชื่อว่า ชีวกโกมารภัจจ์ เป็นพระฤๅษีหล่อด้วยโลหะสำริด สร้างขึ้นในสมัยรัชกาลที่ ๓ เป็นฤๅษีหมอ (Hermit Doctor) มีความชำนาญในการปรุงยาสมุนไพรแบบแพทย์แผนโบราณ มีเครื่องบดยาเป็นสัญลักษณ์

พระโพธิธาตุพิมาน รัชกาลที่ ๔ ทรงโปรดเกล้าฯ ให้สร้างขึ้นเป็นมณฑปยอดทรงมงกุฎ ประดับกระเบื้องถ้วย ทำเป็นรูปดอกไม้ ใบไม้ เพดานและเสาด้านในมณฑป ปั้นลวดลายอย่างฝรั่งปิดทอง ภายในประดิษฐานพระปรางค์โบราณ บรรจุพระบรมสารีริกธาตุจากพุทธคยา ทรงเชิญมาจากเมืองเหนือ เมื่อครั้งทรงผนวชเป็นพระภิกษุในสมัยรัชกาลที่ ๓

พระโพธิธาตุพิมานตั้งอยู่ที่กำแพงแก้วหลังพระอุโบสถ อยู่ระหว่างหอพระราชกรมานุสร กับ หอพระราชพงศานุสร

ภาพ : *รูปปั้นพระฤๅษี อยู่บนแท่น (ซ้าย) พระโพธิธาตุพิมาน (ขวา) ภายในกำแพงพระอุโบสถ*

The hermit and Phra Phothithat Phimarn

On entering the Emerald Buddha Temple by the only gate permitted, the Hermit Gate, on the western side of the temple, the first thing that the visitor notices is a hermit (rishi) sitting on a rock base with his knee drawn up. In front of him is a mortar for crushing medicines and behind him is the Phra Phothithat Phimarn.

The image of the hermit, called Cheewaka Komarapach, was cast in bronze in the Third Reign. He was a hermit doctor experienced in preparing traditional herbal medicines and the mortar was his symbol.

Phra Phothithat Phimarn was constructed by King Rama IV as a mondop shaped at the top like a crown and decorated with porcelain cups and saucers arranged into the shapes of flowers and leaves. The ceiling and columns within the mondop are decorated in the western style and gilded. Inside, there is another ancient prang, or spire, containing a relic of the Buddha obtained from Buddha Gaya in India. The relic was brought from the North while King Rama IV was still a monk in the Third Reign.

Phra Phothithat Phimarn is located at the western end of the Phra Ubosot between Hor Ratchaphongsanusorn and Hor Ratchakoramanusorn Buddha Image Halls.

Picture : *Bronze hermit sitting on the base (left), Phra Phothithat Phimarn (right) inside Phra Ubosot wall.*

หอพระนาก

หอพระนากตั้งอยู่ทางทิศเหนือติดกับพระระเบียง อยู่ระหว่างประตูสนามไชยและ ประตูวิหารยอด เป็นที่ประดิษฐานพระบรมอัฐิพระบาทสมเด็จพระปิ่นเกล้าเจ้าอยู่หัวและสมเด็จ พระบวรราชเจ้า กรมพระราชวังบวรสถานมงคล ในรัชกาลที่ ๑ รัชกาลที่ ๒ รัชกาลที่ ๓ นอกจาก นั้นก็มีพระโกศทรงพระอัฐิเจ้านายในพระบรมราชจักรีวงศ์ ซึ่งแต่เดิมเคยเป็นที่ประดิษฐาน พระพุทธรูปหล่อด้วยนาก จึงเรียกว่าหอพระนาก แม้จะอัญเชิญพระนากไปประดิษฐานที่ หอพระวิหารยอดแล้วก็ตาม ยังคงเรียกหอพระแห่งนี้ว่า หอพระนากจวบจนปัจจุบัน

หอพระนากเป็นอาคารทรงไทย ๗ ห้อง ยกพื้นสูงระดับบันได ๕ ขั้น ทางเข้าอยู่ ด้านตะวันออก ตรงกับหอพระวิหารยอด เป็นชาลากว้างปูด้วยหินอ่อน เสาริมบันไดทั้ง สองข้าง เป็นเสาสี่เหลี่ยมย่อมุมหัวเสาเม็ดทรงมัณฑ์ปิดทอง ประตูเป็นซุ้มทรงมณฑป ปิดทองประดับกระจก

หน้าบันเป็นไม้จำหลักรูปเทพนมครึ่งองค์ลอยจากบัวจงกล ล้อมรอบด้วยลาย กระหนกก้านขดปลาย และลายรูปเทพนมบนพื้นกระจกสีน้ำเงิน คลุมด้วยหลังคา โครงสร้างไม้ทรงไทยลด ๓ ตับ มีมุขลดทั้งด้านหน้าและด้านหลัง มุงด้วยกระเบื้องดินเผา เคลือบ ขอบหลังคาสีเขียว พื้นหลังคาสีแดง ประดับด้วยช่อฟ้า ใบระกา หางหงส์ นาค สะดุ้ง ปิดทองประดับกระจก มีคันทวยรับชายคาโดยรอบ

ตัวอาคารก่ออิฐฉาบปูนขาว มีเสาอิงย่อมุมโดยรอบอาคาร หัวเสาเป็นบัวจงกล ปิดทองประดับกระจกสี หน้าต่างระหว่างเสาเป็นซุ้มทรงบันแถลงนาคสามเศียร ๒ ชั้น กรอบกระจกหน้าต่างทาสีแดง ด้านนอกบานหน้าต่าง เขียนลายรดน้ำพุ่มข้าวบิณฑ์ก้านแย่ง

หอพระนากสร้างขึ้นสมัยรัชกาลที่ ๑ ประดิษฐานพระพุทธรูปหล่อด้วยนาก ถือ เป็นพระประธานในพิธี "เปตพลี" คือ การอุทิศส่วนกุศลแก่ผู้ล่วงลับไปแล้ว และเป็นที่เก็บ อัฐิเจ้านายฝ่ายใน ตามแบบอย่างกรุงศรีอยุธยา

ซ่อมแซมครั้งใหญ่ในรัชกาลที่ ๓ และประดิษฐานพระพุทธรูปปางต่างๆ ที่ห่อหุ้ม ด้วยทอง เงิน นาก พร้อมกับอัญเชิญพระนากไปประดิษฐานที่หอพระวิหารยอด

ซ่อมแซมอีกครั้งในรัชกาลที่ ๕ เพื่อฉลองสมโภชพระนครครบ ๑๐๐ ปี พร้อม กับอัญเชิญพระพุทธรูปปางต่างๆ ไปประดิษฐานที่หอพระวิหารยอด ซ่อมแซมอีกครั้งใน รัชกาลที่ ๗ และรัชกาลปัจจุบัน

ภาพ : หอพระนากด้านข้างทิศตะวันตก

Nag Buddha Image Hall

The hall is located on the northern side of the temple next to the gallery walls and between Sanam Chai and Viharn Yod Gates. It houses the ashes of Somdej Phra Pin Klao (King Rama IV) and Somdej Phra Boworn Ratchao Krom Phra Ratchawang Boworn Sathan Mongkhol, the viceroy in the First, Second and Third Reigns. In addition, it houses urns of the cremated ashes of high-ranking members of the House of Chakri. Originally, the hall had contained a Buddha image cast from an alloy of gold and copper called Nag, hence the hall's name. Even though the image has been moved to the Viharn Yod Buddha Image Hall, the hall is still to this day called Nag Buddha Image Hall.

Nag Buddha Image Hall is a seven-room Thai-style building with the floor raised to a height of five steps. The entrance is on the eastern side opposite the Viharn Yod Buddha Image Hall. The floor is laid with marble while the columns near the stairs on both sides are square. The tops of the columns are decorated with gold leaf. The doors form an alcove in the shape of a mondop and are inlaid with gold leaf and colored glass.

Nag Buddha Image Hall was constructed in the First Reign to house Phra Nag, a Buddha image cast in an alloy of gold and copper, which was used in ceremonies to honor the dead: this followed the practice of Ayutthaya, which also housed urns containing the cremated ashes of royalty.

The building was largely renovated in the Third Reign and then used to house Buddha images that were encased with gold, silver and an alloy of gold and copper. The Phra Nag Buddha Image was transferred to Viharn Yod Buddha Image Hall. But the hall which originally housed it retains its original name.

The hall was again renovated in the Fifth Reign to commemorate the capital's centenary and the remaining images were transferred to the Viharn Yod Buddha Image Hall. More renovations were carried in the Seventh and present reigns.

Picture : *Nag Buddha Image Hall, viewed from the western side.*

หอพระมณเฑียรธรรม

หอพระมณเฑียรธรรม ตั้งอยู่มุมพระระเบียงด้านทิศตะวันออก ตรงกับเจดีย์ปรางค์องค์ที่ ๑ ซึ่งอยู่นอกกำแพงพระระเบียง อยู่ด้านข้างปราสาทพระเทพบิดร เป็นที่ไว้ตู้พระไตรปิฎกประดับมุกอย่างงดงามสองตู้ ภายในตู้ประดิษฐานพระไตรปิฎกหลายฉบับ เป็นที่แสดงพระธรรมเทศนา ในวันพระธรรมสวนะ (วันพระ) เริ่มตั้งแต่ ๘.๐๐ น เป็นต้นไป และในวันอาทิตย์เริ่มตั้งแต่ ๑๑.๐๐ น เป็นต้นไป

หอพระมณเฑียรธรรม เป็นอาคารรูปสี่เหลี่ยมผืนผ้า หลังคาจั่วซ้อนสี่ชั้น มีมุขลดด้านหน้าและด้านหลัง หน้าจั่วเป็นรูปพระพรหมทรงหงส์อยู่เหนือพระอินทร์ทรงช้างเอราวัณสามเศียร ใต้จั่วเป็นเทพนมเรียงกัน ๕ องค์ อยู่ภายใต้ซุ้มเรือนแก้ว ระหว่างเสาด้านหน้าหอพระมณเฑียรธรรม ประดับด้วยไม้แกะสลักเป็นคูหาหน้านาง ตัวเสาย่อเหลี่ยมไม้สิบสอง ปลายเสาเป็นบัวจงกล ซุ้มประตูทางเข้าอยู่ทิศตะวันตก ตรงข้ามกับหอพระวิหารยอดด้านข้าง เป็นซุ้มทรงมณฑปจอมแหปูนปั้นปิดทอง บานประตูประดับมุกฝีมือช่างสมัยพระเจ้าอยู่หัวบรมโกศ เป็นบานประตูที่นำมาจากวัดบรมพุทธาราม จังหวัดพระนครศรีอยุธยา มีระเบียงและพาไลรอบอาคาร หน้าต่างเป็นซุ้มทรงบันแถลงนาคสามเศียรสองชั้น ตอนบนติดไม้แกะสลักรูปคูหาหน้านาง ลวดลายภายในเป็นรูปขุนกระบี่ (หนุมาน) อันเป็นพระราชสัญลักษณ์ของวังหน้า ตอนล่างติดหย่องไม้แกะสลักเป็นรูปพญานาค มีขุนกระบี่สอดแทรก เป็นลักษณะศิลปะสกุลช่างวังหน้า ภายในหอพระแห่งนี้เขียนลายรดน้ำ ตอนบนเป็นเทพชุมนุม ตอนล่างเป็นเทพบุตรและเทพธิดา

หอพระมณเฑียรธรรม สร้างขึ้นในรัชกาลที่ ๑ โดยกรมพระราชวังบวรมหาสุรสิงหนาท (วังหน้า) ลักษณะสถาปัตยกรรมเป็นแบบรัตนโกสินทร์ยุคต้นที่ต่อกับศิลปะอยุธยา มีพระประสงค์ให้สร้างขึ้นเพื่อประดิษฐานพระไตรปิฎกฉบับต่างๆ ใช้เป็นที่สอนพระภิกษุและสามเณร

ภาพ : *หอพระมณเฑียรธรรมด้านหน้า*

Monthientham Buddha Image Hall

Monthientham Buddha Image Hall is located to the east, opposite the first of the six spires which lies outside the gallery walls. The hall lies beside the Prasat Phra Thep Bidorn and houses two beautiful pearl-inlaid Tripitaka bookcases. The bookcases contain several volumes of the Tripitaka. The building is also used for preaching sermons on Buddhist holy days and Sundays, beginning at 8 a.m. and 11 a.m., respectively.

Monthientham Buddha Image Hall is a rectangular building with a four-level roof. The gable is decorated with a representation of Phra Brahma astride a phoenix and above, Phra Indra mounted on Erawan, the three-headed elephant. Below the gable are figures of five Thephanom or angels. The front of the building, between the columns is decorated with wood carvings. The columns have triple indented corners and the capitals are decorated with lotus flower design. The entrance door is on the western side, opposite of the Viharn Yod Buddha Image Hall and is made of gilt-stucco and shaped like a mondop. The door panels are inlaid with mother of pearl. They were made by craftsmen in the reign of King Boromakot for Wat Borom Phutharam in Ayutthaya. A verandah runs around the entire building. The windows are set in alcoves, decorated with wood carvings at the top. The interior is decorated with wood carvings of Hanuman, the symbol of the Front Palace. The inside of the hall is decorated in a special Thai design, the decorations depict celestial beings and groups of angels, male and female.

Monthientham Buddha Image Hall was constructed in the First Reign by Krom Phra Ratchawang Boworn Mahasurasinghanat. The style is that of the early Bangkok-late Ayutthaya period. The building was intended to house the Buddhist scriptures (tripitaka) that were used to teach monks and novices.

Picture : *Monthientham Buddha Image Hall, viewed from the front.*

หอพระคันธารราษฎร์

หอพระคันธารราษฎร์และพระมณฑปยอดปรางค์ เป็นหอพระที่อยู่บนฐานไพทีเล็กๆ เดียวกัน อยู่ด้านหน้าพระอุโบสถริมระเบียงด้านตะวันออก ไปจนจรดมุมพระระเบียง

หอพระคันธารราษฎร์ เป็นที่ประดิษฐานพระคันธารราษฎร์ พระปฏิมาสำคัญในพระราชพิธีพืชมงคลจรดพระนังคัลแรกนาขวัญ ซึ่งรัชกาลที่ ๑ โปรดเกล้าฯ ให้หล่อขึ้นเมื่อ พ.ศ. ๒๓๒๖ ต่อมารัชกาลที่ ๔ โปรดเกล้าฯ ให้กะไหล่ทองขึ้นใหม่ และติดเพชรเม็ดใหญ่ถวายเป็นพระอุณาโลม และติดถวายพระพิรุณศาสตร์ด้วย

หอพระคันธารราษฎร์ เป็นอาคารทรงไทยขนาดเล็กรูปสี่เหลี่ยมผืนผ้า อยู่บนฐานไพทีและรองรับด้วยฐานปัทม์ ทางขึ้นหออยู่ตรงมุขด้านทิศเหนือตรงหน้าพระอุโบสถ มีบันไดหินอ่อน ๕ ขั้น ขึ้นฐานไพที มีบันได ๓ ขั้นขึ้นฐานปัทม์สู่หอพระ บันไดเป็นรูปพญานาคตรงหัวเสาบนฐานไพที ตั้งสิงโตจำหลักหินแบบจีนโดยรอบ พนักระเบียงเป็นกรงลูกแก้วกระเบื้องเคลือบ มีเสาตามประทีปสูง ๒ เสา ทำด้วยกระเบื้องเคลือบเป็นปล้องๆ ต่อกัน

มุขทิศตะวันออกและตะวันตกเป็นหน้าต่างทรงบันแถลง ๒ ชั้น มีช่อฟ้าและหางหงส์เป็นหัวนาค ประดับกระเบื้องถ้วยผูกลายเป็นดอกไม้สีต่างๆ บนพื้นกระจกสีน้ำเงิน บานหน้าต่างไม้ด้านนอก จำหลักลายเป็นรูปพระวรุณทรงนาคบนพื้นกระจกสีน้ำเงิน ตอนล่างเป็นรวงข้าว มีหอย ปู ปลา ผุดอยู่ในท้องน้ำทำด้วยกระจกสีขาว

หลังคาหอพระมุงกระเบื้องดินเผาเคลือบ ขอบหลังคาสีแดง พื้นหลังคาสีเขียว หลังคาทรงบันแถลง ๒ ชั้น ประดับช่อฟ้า ใบระกา หางหงส์ ช่อฟ้าเป็นปูนปั้นรูปหัวนาค หน้าบันประดับกระเบื้องถ้วยสี ลายดอกพุดตานบนพื้นกระจกสีน้ำเงิน ซุ้มยอดปรางค์เป็นซุ้มย่อเก็จโดยรอบ ยอดปรางค์ซ้อนกัน ๔ ชั้น ประดับกระเบื้องถ้วยสีขาว เหลือง และแดง ยอดนพศูลเป็นโลหะรูปฝักเพกา ผนังอาคารบุกระเบื้องสีน้ำเงิน เรียงสลับเหลืองเป็นลายทแยงมุม มุมเสาอิงประดับกระเบื้องสี ขอบเสาประดับกระเบื้องถ้วยเป็นลายรักร้อย โคนเสารูปกาบพรหมศร มีบัวปลายเสา ผนังภายในเป็นภาพจิตรกรรมฝีมือพระอาจารย์อิน (ขรัวอินโข่ง) วัดราชบูรณะ เรื่องพระราชพิธีพืชมงคลจรดพระนังคัลแรกนาขวัญ และพิรุณศาสตร์

หอพระคันธารราษฎร์ สร้างขึ้นในสมัยรัชกาลที่ ๔ เพื่อประดิษฐานพระคันธารราษฎร์และประดิษฐานพระแท่นมนังคศิลาอาสน์ของสมเด็จพระร่วงเจ้ากรุงสุโขทัยที่หน้าหอพระแห่งนี้ ต่อมาในสมัยรัชกาลที่ ๕ ได้บูรณะปฏิสังขรณ์ ประดับกระเบื้อง ซ่อมเพดาน และซ่อมภาพเขียน ทรงให้รื้อหอพระสำหรับทำพิธีจรดพระนังคัลแรกนาขวัญจากท้องสนามหลวงให้นำวัวสำริดคู่มาไว้หน้าหอพระ ต่อมาย้ายไปอยู่หน้าพระอุโบสถ ส่วนพระแท่นมนังคศิลาอาสน์ ย้ายไปประดิษฐานที่พิพิธภัณฑ์วัดพระศรีรัตนศาสดาราม

Khanthararat Buddha Image Hall

Khanthararat Buddha Image Hall, situated on the same small terrace as Phra Mondop Yod Prang, is a hall to house the Khanthararat Buddha Image. It is situated in front of the Phra Ubosot near the gallery walls.

The hall houses the Phra Khanthararat Image, an important Buddha image connected with the Plowing Ceremony. It was cast by order of King Rama I in 1783. Rama IV consequently ordered the image to be gilded and a large diamond embedded in the Buddha's forehead as a Phra Unalome (hair on forehead between eyebrows). This hall also houses an image of Phra Phirunsart.

Khanthararat Buddha Image Hall is a small, rectangular, Thai-style building on a terrace, supported by a patt base (lotus design base). The entrance to the hall is by the northern portico, opposite the Phra Ubosot. Five marble steps lead up to the terrace and three more up to the Buddha Image Hall. The balustrade is in the form of a naga, or serpent. The capitals of the columns on the terrace are sculpted lions, in the Chinese style. The balusters are made of glazed ceramics and there are two tall lantern posts.

Khanthararat Buddha Image Hall was built in the Fourth Reign to house the Khanthararat Buddha Image. The Phra Than Manangkasila throne of Phra Ruang Chao, King of Sukhothai, is situated in front of the hall. In the Fifth Reign renovations were made to the tiles, the ceiling and the mural paintings and a pair of bronze oxen were placed in front of the hall. Later these were placed in front of the Phra Ubosot and the Phra Than Manangkasila Throne was transferred to the Wat Phra Sri Ratanasasadaram Museum.

Picture : *Khanthararat Buddha Image Hall (left), Phra Mondop Yod Prang (right).*
ภาพ : *หอพระคันธารราษฎร์ด้านข้างทิศตะวันตก (ซ้าย) พระมณฑปยอดปรางค์ (ขวา)*

พระมณฑปยอดปรางค์

พระมณฑปยอดปรางค์ อยู่บนฐานไพทีเดียวกับหอพระคันธารราษฎร์ ทางด้านทิศใต้ หันหน้าไปทางทิศตะวันตก เป็นที่ประดิษฐานพระเจดีย์โบราณ ทรงกลมแบบลังกา

พระมณฑปยอดปรางค์ตั้งอยู่บนฐานทักษิณ ๒ ชั้น รูป ๘ เหลี่ยม แต่ละชั้นมีชาลา กว้าง ๑ เมตร มีพนักโดยรอบเป็นกรงลูกแก้วกระเบื้องเคลือบสีขาว มีบันไดแคบๆ ปูด้วยหินอัคนี ด้านหอพระคันธารราษฎร์ (ทิศเหนือ) ขึ้นไปยังมณฑป

ยอดมณฑปเป็นยอดปรางค์ ย่อมุมไม้สิบสอง ประดับกระเบื้องเคลือบสี่เหลี่ยมจัตุรัสสีน้ำเงินสลับเขียวและเหลือง ส่วนย่อมุมเป็นบัวโคนเสาและบัวปลายเสาประดับกระเบื้องถ้วยสีเขียวสลับขาว ตรงกลางผนังทั้ง ๔ ด้าน เจาะเป็นช่องโค้ง ๓ โค้ง ด้านล่างช่องโค้งเป็นพนักลูกกรงกระเบื้องเคลือบ

ยอดมณฑปเป็นซุ้มย่อเก็จโดยรอบ ตอนบนเป็นยอดปรางค์ ๓ ชั้น ประดับด้วยกระเบื้องถ้วยสีเขียว บนพื้นสีขาวดอกสีแดง ยอดนพศูลเป็นโลหะรูปฝักเพกา

ภายในพระมณฑป ประดิษฐานพระเจดีย์ทรงกลมแบบลังกา มีซุ้มจรนำ ๔ ทิศ เหนือขึ้นไปเป็นบัลลังก์ ๘ เหลี่ยม รับปล้องไฉน ตอนบนเป็นปลีและเม็ดน้ำค้าง ยอดนพศูลเป็นโลหะรูปมงกุฎ

พระมณฑปยอดปรางค์สร้างขึ้นในสมัยรัชกาลที่ ๔ พร้อมหอพระคันธารราษฎร์ เพื่อประดิษฐานพระเจดีย์โบราณที่ได้มาจากทางภาคเหนือ ในสมัยที่พระองค์ยังทรงผนวชอยู่ และได้ธุดงค์ไปทางเหนือ ซึ่งตรงกับรัชกาลที่ ๓

ในรัชกาลที่ ๗ ได้มีการบูรณะซ่อมแซมส่วนชำรุด เพื่อฉลองพระนครครบ ๑๕๐ ปี ในรัชกาลปัจจุบันได้บูรณะอีกครั้งหนึ่ง เพื่อฉลองพระนครครบ ๒๐๐ ปี

Phra Mondop Yod Prang

Phra Mondop Yod Prang stands on the same terrace as the Khanthararat Buddha Image Hall and is located to the south of it. It houses an ancient Lanka-style chedi.

Phra Mondop Yod Prang sits on an octagonal taksin two level base. Each level is encircled by a one-meter wide border which is enclosed by white porcelain balustrades. The stairs in front of the Khantararat Buddha Image Hall (north) leading up to the mondop are lined with slabs of igneous rock.

The apex of the mondop is a prang decorated with rectangular blue tiles alternating with green and yellow ones. The corner columns are decorated at the base and top with lotus flowers designs made of green and white porcelain. The walls on all four sides have 3 arches, the lower part of the arches have porcelain balustrades.

The apex of the mondop is a three-tier prang, decorated with pieces of green cup porcelain, on a white and red background. The tip of the apex is made of metal. Inside the mondop is a round chedi in the Lanka style.

Phra Mondop Yod Prang was constructed, concurrently with the Phra Khantararat Buddha Image Hall, in the Fourth Reign, to house the ancient chedi that was brought from the north while King Mongkut was still a monk in the Third Reign.

In the Seventh Reign the mondop underwent renovation to celebrate 150 years of the capital and received another major renovation to celebrate the capital's bicentenial in the present reign.

ภาพ : *พระมณฑปยอดปรางค์ด้านหน้า (กลาง) และหอพระคันธารราษฎร์ด้านหลังพระมณฑป (ซ้าย)*

Picture : *Phra Mondop Yod Prang seen from the front (middle) and the Khanthararat Buddha Image Hall behind Phra Mondop (left).*

พระเศวตกุฎาคารวิหารยอด

พระเศวตกุฎาคารวิหารยอด หรือเรียกสั้นๆ ว่า "วิหารยอด" เป็นหอพระประดิษฐาน พระเทพบิดร พระนากและพระศิลา

วิหารยอดเป็นอาคารรูปสี่เหลี่ยมผืนผ้า ตั้งอยู่บนฐานประทักษิณ มีทางขึ้น ๓ ทาง คือ ทิศเหนือ ทิศตะวันออก และทิศตะวันตก บันไดปูด้วยหินทราย ๓ ขั้น สองข้างบันได ประดับด้วยนกทัณฑิมาสำริด ยืนถือกระบอง พนักระเบียงประดับกระเบื้องปรุเคลือบแบบจีน

ซุ้มประตูทางเข้าเพียงทางเดียวอยู่ทิศเหนือ ตรงกับประตูพระระเบียง เป็นซุ้มยอดทรงมงกุฎประดับกระเบื้องถ้วย บานประตูประดับมุกฝีมือช่างสมัยพระเจ้าอยู่หัวบรมโกศในสมัยอยุธยา บานด้านในเขียนลายรดน้ำรูปเซี่ยวกางแต่งกายแบบไทย เป็นบานประตูที่นำมาจากวิหารพระนอนวัดป่าโมก จังหวัดอ่างทอง

ภายในพนักระเบียงเป็นฐานปัทม์ยกพื้น ๓ ขั้น เสาอิงและเสาย่อมุมไม้สิบสองตรงจตุรมุขทั้งสี่ด้าน ประดับด้วยกระเบื้องถ้วยหลากสียาวตลอดตั้งแต่ฐานถึงหัวเสา เป็นรูปบัวจงกล ซุ้มผนังเป็นช่องโค้งทรงแหลมประดับด้วยกระเบื้องถ้วย ยอดซุ้มเป็นพระปรมาภิไธยย่อ "จปร." อยู่ใต้พระเกี้ยวยอด พนักระเบียงประดับด้วยลูกกรงกระเบื้องเคลือบรูปสี่เหลี่ยม ตอนบนเป็นบัวหลังเจียดฉาบปูน ตอนหน้าประกอบด้วยกระเบื้องถ้วยหลากสี มีซุ้มหน้าต่างทุกช่วงเสา เป็นซุ้มยอดทรงมงกุฎประดับกระเบื้องถ้วย

หลังคากลางเป็นทรงยอดมงกุฎประดับกระเบื้องถ้วยลายดอกไม้ ตลอดจนถึงหน้าบันทั้งสี่ด้าน ยอดซุ้มเป็นปลีประดับด้วยกระจกสี มียอดนพศูลเป็นโลหะฉลุโปร่งลายพุ่มข้าวบิณฑ์ หลังคามุขลดชั้นสองด้าน มุงด้วยกระเบื้องดินเผาเคลือบ ขอบหลังคาสีเขียวพื้นหลังคาสีเหลือง ประดับด้วยช่อฟ้า ใบระกา นาคสะดุ้ง หางหงส์รูปนกเจ่า

วิหารยอดสร้างในรัชกาลที่ ๑ แต่เดิมเรียกว่า "วิหารขาว" ต่อมาในรัชกาลที่ ๓ ทรงรื้อลง สร้างขึ้นใหม่เป็นวิหารยอด ประดิษฐานพระเทพบิดร พระนากและพระพุทธรูปศิลา ในรัชกาลที่ ๕ โปรดเกล้าฯ ให้ซ่อมแซมหลังคาและยอดมงกุฎ ซุ้มประตูและบานหน้าต่าง ในรัชกาลที่ ๗ ทรงบูรณะซ่อมแซมครั้งใหญ่ ปิดทองยอดพุ่มข้าวบิณฑ์ใหม่ ซ่อมลายกระเบื้อง ลงรักปิดทองวงกบประตู ซ่อมลายมุกที่ประตู และได้มีการซ่อมแซมอีกครั้งในรัชกาลปัจจุบัน แต่ยังคงรูปอาคารแบบรัชกาลที่ ๓

ภาพ : *วิหารยอดด้านหน้า*

Phra Sawetkudakharn Viharn Yod Buddha Image Hall

Phra Sawetkudakharn Viharn Yod, or Viharn Yod, for short, houses Buddha images including the Phra Thep Bidorn, Phra Nag and Phra Sila Images.

Viharn Yod is a rectangular building supported by a prataksin base. There are three entrances situated on the northern, eastern and the western sides of the building. The three steps are faced with sandstone. The sides of the stairs are decorated with bronze Tanthima birds, each holding a club.

The only entrance in use is the northern gate. The archway of this gate is in the shape of a pointed crown and decorated with cup porcelain. The door panels are inlaid with pearl, the work of craftsmen in the reign of King Boromakot of Ayutthaya. Inside, the base consists of three tiers. The pilasters and columns are decorated with colorful cup porcelain in the shape of lotus flowers. At the apex of the wall arch are the initials of King Chulalongkorn under a small crown.

The central roof is in the shape of a crown decorated up to the gables with cup porcelain on all four sides. The apex of the roof is decorated with colored glass. The tip is made of hollow metal adorned with fretwork. The two lower roofs are covered with yellow and green tiles and are adorned with *chor fa, bai raka, nag sadung* and *hang hong.*

The Viharn Yod Buddha Image Hall was constructed in the First Reign and was originally called Viharn Khao. King Rama III had the viharn dismantled and rebuilt as Viharn Yod B uddha Image Hall to house the Phra Thep Bidorn image, the Nag Buddha Image that was transferred from Nag Buddha Image Hall and a Sila Buddha Image. King Chulalongkorn (Rama V) ordered the renovation of the roof and the crowning apex as well as the doors and windows. A major renovation was carried out in the Seventh Reign and included the regilding of the tip of the roof spire, repairing ceramic designs, repainting door frames and repairing inlaid pearl door panels. Further renovations have been carried out in the present reign but the original structures built during the Third Reign are retained.

Picture : *Viharn Yod, front view.*

หอระฆัง

หอระฆังตั้งอยู่ชิดพระระเบียงด้านทิศใต้ ประดิษฐานระฆังที่ขึ้นชื่อว่ามีเสียง
ไพเราะดังกังวาน แต่ไม่ค่อยได้ใช้ เพราะวัดพระแก้วเป็นวัดในวังมีแต่เขตพุทธาวาส ไม่มี
เขตสังฆาวาส สร้างหอระฆังขึ้นเพื่อให้ครบตามธรรมเนียมวัดเท่านั้น

หอระฆังเป็นอาคารรูปสี่เหลี่ยมจัตุรัส เป็นบุษบกทรงมณฑป ตั้งอยู่บนฐานทักษิณ
แบบปรางค์ ย่อมุมไม้สิบสอง มีประตูทางเข้า ๔ ด้าน เป็นซุ้มจรนำรูปโค้งแหลม ประดับ
ด้วยกระเบื้องถ้วย หลังคามุงกระเบื้องดินเผาเคลือบ ปูขอบหลังคาสีเขียวโดยรอบพื้น
หลังคาสีแดง ตอนบนซุ้มเป็นทรงบันแถลงนาค ๓ เศียร ๒ ชั้น มีช่อฟ้าและหางหงส์
รูปหัวนาค กรอบประตูเป็นไม้ทาสีเขียวโค้งไปตามรูปซุ้มจรนำ ประตูไม้สองบานทาสีเขียว
เปิดเข้าด้านใน ช่องลมกรุด้วยลวดตาข่าย มีแผ่นไม้รูปกลมจำหลักลายพุดตาน

ผนังฐานทักษิณประดับด้วยกระเบื้องก้นถ้วย รูปกลมสีขาวเป็นพื้น ประดับ
กระเบื้องถ้วยแต่งเป็นดอก ส่วนย่อมุมไม้สิบสองประดับด้วยกระเบื้องเคลือบสีเขียว
ลายไทย สั่งทำจากเมืองจีน ตอนล่างเป็นบัวหัวเสา ตอนบนเป็นบัวปลายเสา ประดับ
กระเบื้องถ้วย ขอบนอกเป็นลายรักร้อย

บุษบกประดิษฐานระฆังอยู่บนฐานเขียงและฐานสิงห์ ๒ ชั้น คั่นด้วยกระดาน
ฐานบัว ส่วนย่อมุมไม้สิบสองเป็นไม้ปิดทองประดับกระจก ฐานเสาเป็นกาบพรหมศร
หัวเสามีคันทวยรับชายคาโดยรอบ ตอนบนระหว่างเสาประดับด้วยสาหร่ายรวงผึ้ง ปลาย
ลายเป็นพญานาคปิดทอง ตอนล่างของเสาประดับด้วยกระจังปูนปั้นประดับกระจก เพดาน
ปิดทองฉลุลายเป็นรูปดาว แขวนระฆังไว้ตรงกลางเพดานบุษบก

หอระฆังสร้างขึ้นในสมัยรัชกาลที่ ๑ เพื่อให้ครบบริบูรณ์ตามระเบียบของการสร้างวัด
ต่อมารัชกาลที่ ๔ ทรงรื้อหอระฆังเก่าออกไป และทรงสร้างขึ้นใหม่ ซึ่งแล้วเสร็จใน
รัชกาลที่ ๕ รัชกาลที่ ๗ ได้ซ่อมเฉพาะส่วนชำรุดพร้อมกับลงรักปิดทองประดับกระจก
ส่วนยอด และรัชกาลปัจจุบัน ทรงบูรณะซ่อมแซมอีกครั้ง คงรักษาศิลปะเดิมไว้

The Bell Tower

The bell tower is located near the southern section of the gallery walls, and houses a bell that is noted for its loud and beautiful tones. The bell is seldom used, however, since the Emerald Buddha Temple is within the Grand Palace and has no monks in residence. The tower was built to keep up a tradition, since temples usually have a bell tower.

The bell tower is a square building in the shape of a mondop, atop a taksin base with triple indented corners. There are four entrances, each in the shape of a pointed arch decorated with cup porcelain. The roof is covered with glazed tiles, red in the center and green at the borders. The top of the arch has a three-headed naga design. The roof has *chor fa* and *hang hong* in the shape of a naga head. The door frame is made of wood and painted green. The two wooden doors are painted green and open inward. Air vents are covered with wire mesh and protected with a circular carved wooden frame.

The actual bell tower sits atop the three-level base, the upper and lower levels separated by a base with a lotus design. The triple indented corners are made of gilded wood decorated with glass. The base of the columns is covered with traditional Thai designs while the tops have a prop to help support the roof. The bell in suspended from the center of the ceiling.

The bell tower was constructed in the First Reign so that the temple would be complete in accordance with the rules for building temples. King Rama IV (King Mongkut) had the old bell tower dismantled and a new one built. The new tower was completed in the Fifth Reign. Further renovations were carried out in the Seventh and present reigns, but the original designs have been preserved.

ภาพ : หอระฆังด้านข้างพระอุโบสถทิศใต้ (กลาง) ศาลาราย (ซ้าย) พระระเบียง (ขวา)

Picture : *The Bell Tower, to the south of the Phra Ubosot (center) with Sala Rai (left) and Phra Rabiang (right).*

ศาลาราย

ศาลารายเป็นศาลาโถงไม่มีฝา มี ๑๒ หลังตั้งอยู่รอบพระอุโบสถ ด้านข้างพระ
อุโบสถทั้งด้านเหนือและด้านใต้ มีข้างละ ๔ หลัง ด้านหน้าและด้านหลัง มีข้างละ ๒ หลัง
ไว้สำหรับเป็นที่นั่งพักฟังเทศน์ฟังธรรมของพุทธศาสนิกชน ปัจจุบันเป็นที่นั่งพักร้อนหลบ
ฝน หลบแดดของนักท่องเที่ยว

ศาลารายทั้ง ๑๒ หลังมีลักษณะเหมือนกันทั้งศิลปะ ลวดลายและขนาด เป็น
ศาลาโถงขนาด ๒ ห้อง หลังคาทรงไทย มุงด้วยกระเบื้องเคลือบดินเผา ขอบหลังคาสีส้ม
พื้นหลังคาสีน้ำเงิน หน้าบันเป็นรูปเทพนมบนพื้นกระจกสีขาว มีลายกระหนกประกอบโดย
รอบบนกระจกพื้นสีน้ำเงิน ประดับด้วยช่อฟ้า ใบระกา หางหงส์ และนาคสะดุ้ง ทำด้วยไม้
มีคันทวยเป็นไม้จำหลักลายพญานาค รองรับชายคาโดยรอบ เพดานศาลาฉลุลาย ปิด
ทองบนพื้นชาด (สีแดง) เสาสี่เหลี่ยมรอบศาลาฉาบปูนย่อเหลี่ยม ระหว่างเสาเป็นคูหา
โค้งตอนมุม พื้นศาลาปูด้วยหินอ่อนตลอดทั้ง ๒ ระดับ

ศาลารายสร้างขึ้นในรัชกาลที่ ๑ รอบพระอุโบสถ ต่อมาในรัชกาลที่ ๕ โปรดเกล้าฯ
ให้สร้างศาลารายขึ้นมาใหม่แทนที่ของเดิม และต่อมาในรัชสมัยเดียวกันได้ซ่อมแซมส่วน
ที่ชำรุด ต่อมาในรัชกาลที่ ๗ โปรดเกล้าฯ ให้รื้อศาลารายลงทั้งหมด และสร้างขึ้นใหม่
เป็นศาลารายในปัจจุบัน รัชกาลปัจจุบันได้ปฏิสังขรณ์ตามลักษณะเดิม เนื่องในการสมโภช
พระนครครบ ๒๐๐ ปี

ศาลารายเป็นที่ฆราวาสหรือมรรคนายกใช้อ่านหนังสือศาสนาพุทธให้ราษฎรฟัง
เวลามีงาน จนเกิดประเพณี สวดโอ้เอ้วิหารรายขึ้นที่นี่ และได้มีการปฏิบัติในที่อื่นๆ

Sala Rai

Sala Rai are open sided pavilions traditionally used as places where religious text could be read to the people during festivals and holy days. There are twelve Sala Rai placed around the Phra Ubosot, four pavilions each at the northern and southern sides and two each at the front and rear. Although originally designed to provide people who had come to hear the monks chanting with a resting place, they are now mainly used by tourists as a resting place.

All twelve pavilions are similar in design and size, topped with a Thai-style roof and covered with blue and orange tiles. The gable is decorated with a Thephanom on a white glass background and surrounded by traditional Thai motifs on a blue glass background. The roof is adorned with a *chor fa, bai raka, hang hong* and *nag sadung.* Carved wooden props help support the roof on all sides. The ceilings of the pavilions are decorated with fretwork on a bright red background. The square columns all round the pavilion are covered with plaster. The floors are laid with marble at both levels.

The Sala Rai were constructed in the First Reign. King Chulalongkorn (Rama V) ordered new ones constructed to replace the originals and these were again renovated in the same reign. King Rama VII ordered all these pavilions to be dismantled and new ones built to replace them. It is these pavilions that can be seen today. These same pavilions were renovated in the original style to mark the capital's bicentennial in the present reign.

ภาพ : *ศาลารายข้างพระอุโบสถทางด้านทิศเหนือ*

Picture : *The Sala Rai, to the north of the Phra Ubosot.*

ฐานไพที

ฐานไพที คือฐานร่วมของหลายอาคาร ในวัดพระแก้วมีฐานไพทีอยู่ ๒ ฐาน คือ ฐาน
ใหญ่อยู่ด้านข้างพระอุโบสถ มีอาคารบนฐานเด่นๆ ได้แก่ พระศรีรัตนเจดีย์ พระมณฑป
ปราสาทพระเทพบิดร ฐานเล็กอยู่ทางหน้าพระอุโบสถทางทิศใต้ ประกอบด้วยหอพระ
คันธารราษฎร์และพระมณฑปยอดปรางค์ ซึ่งการสร้างฐานไพทีนั้น โปรดเกล้าฯ ให้สร้าง
ขึ้นครั้งแรกในรัชกาลที่ ๔ จึงกลายเป็นลักษณะประจำสถาปัตยกรรมในสมัยรัชกาลที่ ๔

ฐานไพทีฐานใหญ่ เป็นรูปสี่เหลี่ยมผืนผ้าย่อมุมไม้สิบสองทั้ง ๔ ด้าน ยกพื้นสูง ๓ ชั้น
มีกำแพงแก้วโดยรอบ ประดับด้วยกระเบื้องปรุ มีทางขึ้น ๖ ทาง มีซุ้มประตูยอดทรง
มณฑปอยู่บนฐานไพทีด้านทิศตะวันตก ยอดซุ้มประดับกระเบื้องถ้วย หลังคามุงกระเบื้อง
เผาเคลือบ ขอบหลังคาสีเหลืองพื้นหลังคาสีเขียว

ฐานไพทีแต่เดิมแรกเริ่ม เป็นฐานประทักษิณสูง ๓ ชั้นของพระมณฑป ต่อมาใน
รัชกาลที่ ๔ โปรดเกล้าฯ ให้ถมฐานประทักษิณ ๒ ชั้น แล้วขยายออกเป็นฐานไพที รองรับ
การสร้างพระพุทธปรางค์ปราสาท (ปราสาทพระเทพบิดร) และพระศรีรัตนเจดีย์ พร้อม
กับสร้างพนักศิลาล้อม ๒ ชั้น สร้างประตูซุ้มยอดมณฑป ๖ ประตู

รัชกาลที่ ๕ โปรดเกล้าฯ ให้ปูพื้นศิลาบนฐานไพทีใหม่ หล่อรูปสัตว์หิมพานต์ ทำ
ฉัตรและโคมทองเหลืองประดับรอบฐานไพที สร้างบุษบกประดิษฐานพระบรมราช-
สัญลักษณ์ประจำรัชกาลสมเด็จพระมหากษัตริยาธิราชเจ้ากรุงรัตนโกสินทร์ขึ้น ๓ บุษบก

รัชกาลที่ ๖ โปรดเกล้าฯ ให้ซ่อมและแปลงพระพุทธปรางค์ปราสาทเป็นปราสาท
พระเทพบิดร รื้อซุ้มประตูยอดมณฑปลง คงเหลือ ๒ ซุ้ม คือ ซุ้มทิศใต้และทิศตะวันตก
อย่างละ ๑ ซุ้ม พร้อมทั้งสร้างพนมหมากที่กำแพงแก้วของฐานไพที

สมเด็จพระเทพรัตนราชสุดาฯ สยามบรมราชกุมารี โปรดเกล้าฯ ให้สร้างบุษบก
ประดิษฐานพระบรมราชสัญลักษณ์ประจำรัชกาลที่ ๖ จนถึงรัชกาลปัจจุบัน เพิ่มอีก ๑ บุษบก

Phaithee Terrace

A phaithee is a terrace, or base, that supports several buildings. In the
Emerald Buddha Temple, there are two phaithee terraces: the large terrace adjacent
to the Phra Ubosot, which supports the Phra Sri Ratana Chedi, the Phra Mondop
and the Prasat Phra Thep Bidorn; and the small phaithee at the front of the Ubosot
which supports the Phra Khanthararat Buddha Image Hall and the Phra Mondop Yod
Prang.

The large phaithee terrace is rectangular in shape. The terrace is raised three
steps and is surrounded by a balustrade and decorated with porcelain. There are six
entrances. There is a mondop-shaped door arch on the western side of the phaithee
terrace. The tip of the arch is decorated with cup porcelain, and the roof is covered
by green tiles with yellow tiles at the borders.

Originally, the phaithee terrace was a 3 level prataksin terrace of the Phra
Mondop. King Mongkut (Rama IV) ordered two levels of this terrace to be filled up
and expanded to create the phaithee terrace in preparation for the construction
of the Phra Phuthaprang Prasat and Phra Sri Ratana Chedi. At the same time the
balustrades and six door arches were also constructed.

In the Fifth Reign the stone floor of the phaithee terrace was replaced and
several objects were added, including cast animal figures, the *chadra* (many-tier umbrella)
and brass lamp posts and three small bussabokes housing the insignias of the Kings
of Ratanakosin.

In the Sixth Reign, the Phra Phuthaprang Prasat was repaired and transformed
into the Prasat Phra Thep Bidorn. The door arches at the top of the mondop were
removed, leaving only two arches, on the southern and western sides. The phanom
mak, or betel trays, were also added atop the walls.

Princess Maha Chakri Sirindhorn ordered the construction of another small
bussaboke to house the insignias of King Rama VI to the present reign.

ภาพ : บนฐานไพทีด้านเหนือ (จากซ้ายไปขวา) ปราสาทพระเทพบิดร พระมณฑปยอดปรางค์และ
พระศรีรัตนเจดีย์

Picture : *On the phaithee terrace, from left to right, Prasat Phra Thep Bidorn, Phra Mondop Yod
Prang and Phra Sri Ratana Chedi.*

พระศรีรัตนเจดีย์ และเจดีย์ทรงเครื่อง ๒ หมู่

พระศรีรัตนเจดีย์อยู่บนฐานไพทีทางด้านตะวันตกของพระมณฑป เป็นที่ประดิษฐาน พระบรมสารีริกธาตุ ที่พระบาทสมเด็จพระจอมเกล้าเจ้าอยู่หัวได้มาจากลังกา

พระศรีรัตนเจดีย์ เป็นพระเจดีย์ทรงกลมแบบลังกา แบบเดียวกับพระเจดีย์ ๓ องค์ ที่วัดพระศรีสรรเพชญ จังหวัดพระนครศรีอยุธยา เป็นเจดีย์ก่ออิฐถือปูน ประดับกระเบื้องโมเสกทอง ที่สั่งทำมาจากประเทศอิตาลีทั้งองค์ ตั้งอยู่บนฐานเขียง มีมาลัย ๓ ชั้น คั่นด้วยฐานบัวคว่ำ บัวหงาย รองรับองค์ระฆัง ถัดขึ้นไปเป็นบัลลังก์สี่เหลี่ยม มีเสาหานรองรับปล้องไฉน ปล้องไฉนเป็นบัวลูกแก้ว เรียงจากใหญ่ไปเล็ก ๒๐ ชั้น ต่อจากนั้นเป็นปลี และหยาดน้ำค้างอยู่ปลายสุด

ซุ้มประตูทางเข้ามี ๔ ทิศ ทางเข้าเป็นรูปโค้งแหลม มีมุขประตู ๔ ด้าน ทำเป็นหน้าบัน ประดับช่อฟ้า ใบระกา หางหงส์ นาคสะดุ้ง ตอนบนของซุ้มประตูเป็นเจดีย์องค์เล็ก ลักษณะเดียวกับพระศรีรัตนเจดีย์ทุกประการ บานประตูหูช้างทำด้วยไม้ปิดทองประดับกระจกลงยาลายช่อดอกไม้ กรอบประตูตอนบนจำหลักเป็นรูปพญานาค ๒ ตัว หางชนกันตรงกลาง ห้อยเศียรลงด้านข้าง

ภายในพระเจดีย์เป็นห้องโถงกลม กลางห้องห้อยฉัตรสีขาว ตรงกับพระเจดีย์องค์เล็ก ที่ประดิษฐานพระบรมสารีริกธาตุ ตั้งอยู่บนฐานก่ออิฐถือปูน ๒ ชั้น ฐานล่างแปดเหลี่ยม มี ๔ มุข ฐานบนเป็นบัวหงาย องค์พระเจดีย์ลงรักสีดำทั้งองค์ ลักษณะเหมือนพระศรีรัตนเจดีย์ทุกประการ

พระเจดีย์ทรงเครื่อง ๒ หมู่ ตั้งประดับอยู่ด้านหลังพระเจดีย์ เป็นเจดีย์ทรงเครื่องรูปสี่เหลี่ยมย่อมุมไม้สิบสอง ปิดทองประดับกระจก ตอนบนเป็นบัวกลุ่ม ต่อด้วยปลี และปลายสุดเป็นหยาดน้ำค้าง องค์เจดีย์ตั้งบนฐานสิงห์ ๓ ชั้น สันนิษฐานว่าเป็นเจดีย์โบราณประดับพระมณฑปแต่แรกเริ่มในรัชกาลที่ ๑ ย้ายมาในรัชกาลที่ ๔

พระศรีรัตนเจดีย์ สร้างขึ้นใน พ.ศ. ๒๓๙๘ พระบาทสมเด็จพระจอมเกล้าเจ้าอยู่หัวโปรดเกล้าฯ ให้สร้างขึ้นเพื่อประดิษฐานพระบรมสารีริกธาตุที่ทรงได้มาจากลังกา พระราชทานนามว่า พระศรีรัตนเจดีย์

รัชกาลที่ ๕ ทรงโปรดเกล้าฯ ให้สร้างต่อจนแล้วเสร็จ และประดับกระเบื้องทองภายนอกทั้งองค์ เขียนผนังภายใน ทำบานประตูและปูพื้นหินอ่อน

รัชกาลที่ ๗ มีการบูรณะปฏิสังขรณ์ภายนอกองค์พระเจดีย์ ซ่อมส่วนที่ชำรุด รัชกาลปัจจุบัน ได้ซ่อมแซมกระเบื้องทองภายนอกที่ชำรุด บูรณะส่วนชำรุดเสียหาย

Phra Sri Ratana Chedi and Two Songkhrueang Chedis

The Phra Sri Ratana Chedi is situated on the phaithee terrace, on the western side of the Phra Mondop, and houses Buddha's relic from Lanka.

The Phra Sri Ratana Chedi is a circular chedi in the Lankan style. The chedi is a brick and mortar structure entirely faced with gold tiles which were specially made in Italy. The bell-shaped structure is mounted on a khiang base and three level malai bases. Each malai base is separated by bua kwam and bua ngai bases (lotus design bases). Above the bell-shaped structure is a square structure with columns supporting the 20 concentric circular structures arranged in decreasing size above it.

There are four entrance arches and four porticos. The porticos have gables and are decorated with *chor fa, bai raka, hang hong* and *nag sadung*. At the top of the door arches, there is a small chedi that is an exact replica of the Phra Sri Ratana Chedi.

The interior of the chedi is a round hall at the center of which there is a white *chadra* (many-tiered umbrella) suspended over the small chedi that contains relics of the Buddha. The chedi, an exact replica of the main chedi, is covered in black lacquer.

The two Songkhrueang chedis are situated behind the main chedi. The chedis are square with triple indented corners and are decorated with gold leaf and glass. Part of the apex consists of lotus flower design. It is surmised that the chedis are ancient and were used to adorn the Phra Mondop when the temple was constructed in the First Reign and removed to their present location in the Fourth Reign.

King Rama IV had the Phra Sri Ratana Chedi constructed in 1855 to house Buddha's relic which had been received from Lanka. He named it the Phra Sri Ratana Chedi. King Rama V completed the construction of the chedi and faced it with gold tiles. In the Seventh Reign, renovation of the exterior of the chedi was carried out. In the present reign, broken gold tiles on the external surface were repaired.

Picture : *The Phra Sri Ratana Chedi. In the foreground is the phanom mak.*
ภาพ : *พระศรีรัตนเจดีย์องค์กลาง ด้านหน้าคือพนมหมาก*

ปราสาทพระเทพบิดร หรือพระพุทธปรางค์ปราสาท (๑)

พระพุทธปรางค์ปราสาท หรือต่อมามีอีกชื่อหนึ่งว่า ปราสาทพระเทพบิดร ถือเป็น อาคารที่สำคัญที่สุดบนฐานไพทีแห่งนี้ ตั้งอยู่ด้านหน้า เป็นที่ประดิษฐานพระบรมรูป พระมหากษัตริย์ในพระราชวงศ์จักรี ตั้งแต่รัชกาลที่ ๑ ถึงรัชกาลที่ ๘ เปิดเฉพาะวันที่ ๖ เมษายน อันเป็นวันมหาจักรี วันที่ ๕ พฤษภาคม อันเป็นวันฉัตรมงคล วันที่ ๑๓, ๑๔, ๑๕ เมษายนอันเป็นวันสงกรานต์ วันเฉลิมพระชนมพรรษา ๕ ธันวาคมและวันปิยมหาราช ๒๓ ตุลาคม ด้านหน้าปราสาทมีเจดีย์ทอง ๒ องค์ตั้งอยู่

ปราสาทพระเทพบิดร เป็นอาคารจตุรมุขทรงไทย มีทางขึ้นจากฐานไพที ๔ ทิศ ปู หินอ่อน พนักบันไดปูกระเบื้องเคลือบสีขาว พนักอัฒจันทร์ทางขึ้นเป็นพลสิงห์ บันไดนาค ๕ เศียร สวมมงกุฎปิดทองประดับกระจก ส่วนบันไดด้านตะวันออกเป็นรูปหล่ออัปสรสีห์ ๒ ตน ยืนประดับบันได ผนังปราสาทก่ออิฐฉาบปูนประดับกระเบื้องเคลือบสี ลายพุ่มข้าวบิณฑ์ มี ดอกบัวสีน้ำเงิน แดงแก่ และม่วง อยู่บนลายพื้นสีน้ำเงิน เสานางจรัลและเสาหานรอบอาคาร รวมทั้งเสารับมุขลดด้านหน้า เป็นเสาก่ออิฐถือปูนย่อมุมไม้สิบสอง พื้นเสาประดับกระเบื้อง เคลือบเป็นลายแปดกลีบบนพื้นขาว ขอบเสาเป็นลายรักร้อยปิดทองประดับกระเบื้อง เคลือบสีเขียวลายไทย สั่งทำจากเมืองจีน เสาอิงเป็นเสาย่อมุมไม้สิบสอง ขอบเสาปั้นปูน เป็นลายรักร้อยปิดทองประดับกระจก ฐานเสาเป็นกาบพรหมศรปิดทอง ประดับกระจกสีเขียว

ซุ้มประตูหน้าต่างเป็นซุ้มยอดทรงมงกุฎ ปิดทองประดับด้วยกระจกสี เสาซุ้ม ประดับด้วยแผ่นโลหะลงยา เพดานซุ้มเป็นลายดวงดาราของเครื่องราชอิสริยาภรณ์ ๕ ดวง คือ ดารานพรัตน์ อยู่ตรงกลาง ดาราจักรี ดาราจุลจอมเกล้า ดาราช้างเผือก และดารา มงกุฎไทย ล้อมรอบเวียนขวา บานหน้าต่างเป็นลายรดน้ำพุ่มข้าวบิณฑ์เทพนม บานด้านใน เป็นทวารบาลรูปเทวดาเหยียบสิงห์

หลังคาแบบจตุรมุข ลด ๔ ชั้น เฉพาะด้านหน้าทางทิศตะวันออกลด ๕ ชั้น กึ่งกลาง มุขทั้งสี่ เป็นยอดปรางค์ประดับกระเบื้องเคลือบสีเขียวอ่อนตลอดองค์ มุขเด็จรับยอด ปรางค์เป็นเสาย่อมุมไม้สิบสอง ประดับกระเบื้องยอดนพศูลเป็นรูปพระมหามงกุฎโลหะ ปิดทอง พระบรมราชสัญลักษณ์ของรัชกาลที่ ๔ หลังคามุงด้วยกระเบื้องเคลือบสี ประดับ ด้วยช่อฟ้า ใบระกา หางหงส์ นาคสะดุ้ง ฝ้าเพดานชายคารอบนอก ปิดทองฉลุลายกุดั่น บนพื้นชาด (พื้นสีแดง) ปลายเชิงชายมีกระดิ่ง ห้อยใบโพธิ์สีทองรอบชายคา

ภาพ : ปราสาทพระเทพบิดรด้านหน้า มีเจดีย์ทองอยู่บนฐานไพทีทั้ง ๒ ข้างซ้ายขวา

Prasat Phra Thep Bidorn or Phra Phuthaprang Prasat

Phra Phuthaprang Prasat , later also called the Prasat Phra Thep Bidorn, is the most important building on this phaithee terrace. The prasat is situated at the front of the terrace. It houses statues of the Chakri kings, from King Rama I to King Rama VIII. It is open to the public only on 6th April, Chakri Day; 5th May, Chadramongkhol Day; 13th, 14th, 15th April, Songkran Festival; 5th December, King's Birthday; and 23rd October, Chulalongkorn Day. There are two golden chedis in front of the Prasat Phra Thep Bidorn and to the left and right hand sides of it.

Prasat Phra Thep Bidorn is a rectangular building in the Thai style. There are four entrances from the phaithee terrace. The floor is laid with marble. The balustrades are in the form of a five-headed naga wearing a crown covered with gold leaf and decorated with glass. The stairs on the eastern side are guarded by two angels. The brick walls of the prasat are covered with plaster and decorated with glazed ceramices in Thai design called phum khao bin. The door and window arches are topped with a crown design, covered with gold leaf and decorated with colored glass.

The roof itself is split into four levels, although the front elevation has five levels. At the center of the roof there is a large prang covered completely with light green glazed tiles. The apex of the prang is topped by a metal crown covered with gold leaf; King Chulalongkorn's insignia.

(continued on next page)

Picture : *The Prasat Phra Thep Bidorn, viewed from the front is flanked by two gold chedis at the corners of the phaithee terrace.*

ปราสาทพระเทพบิดร หรือพระพุทธปรางค์ปราสาท (๒)

มุขด้านหน้า(ตะวันออก) ระหว่างเสาทางเข้าประตูประดับด้วยรวงผึ้งและสาหร่าย ปลายลายเป็นเทพนม เหนือขึ้นไปกลางหน้าบัน ประดิษฐานพระมหามงกุฎ ประดับฉัตร สองข้าง บนพื้นกระจกสีน้ำเงิน คือ พระบรมราชสัญลักษณ์ของรัชกาลที่ ๔ กลางหน้าบัน มุขด้านทิศเหนือ เป็นรูปอุณาโลม คือ พระบรมราชสัญลักษณ์ของรัชกาลที่ ๑ กลางหน้า บันมุขทิศใต้เป็นรูปครุฑยุดนาค คือพระบรมราชสัญลักษณ์รัชกาลที่ ๒ กลางหน้าบันมุข ทิศตะวันตกเป็นรูปพระวิมาน คือพระบรมราชสัญลักษณ์รัชกาลที่ ๓

ภายในปราสาทเป็นห้องโถงแปดเหลี่ยม ประดิษฐานพระบรมรูปสมเด็จพระ บูรพมหากษัตริยาธิราชเจ้า แห่งพระราชวงศ์จักรี หล่อด้วยสำริดรมดำ บนฐานย่อเก็จ เป็นฐานสิงห์รองรับด้วยรูปมารแบกและครุฑแบก ตัวครุฑกางปีกแผ่กว้างเป็นลักษณะ พระราชนิยมในรัชกาลที่ ๖ ผนังอาคารภายใน เขียนลายอุณาโลมพุ่มข้าวบิณฑ์ก้านแย่ง บนพื้นชาด (พื้นสีแดง)

พระบาทสมเด็จพระจอมเกล้าเจ้าอยู่หัว โปรดเกล้าฯให้สร้างพระพุทธปรางค์ปราสาท ขึ้นในปี พ.ศ. ๒๓๙๘ ตามแบบปราสาททองในกรุงศรีอยุธยา พระราชทานนามว่า "พระพุทธปรางค์ปราสาท" เพื่อไว้ประดิษฐานพระพุทธมหามณีรัตนปฏิมากร (พระแก้ว มรกต) แต่เสด็จสวรรคตเสียก่อนที่จะแล้วเสร็จ

รัชกาลที่ ๕ ทรงสร้างต่อจนเสร็จในปี พ.ศ. ๒๔๒๕ แต่เพราะมีขนาดเล็กจึงมิได้ อัญเชิญพระพุทธมหามณีรัตนปฏิมากร มาประดิษฐานที่นี่ ปี พ.ศ. ๒๔๔๖ เกิดไฟไหม้ จึงต้องบูรณะปฏิสังขรณ์อีกครั้ง มาสำเร็จสมบูรณ์ในรัชกาลที่ ๖ ให้เป็นที่ประดิษฐาน พระบรมรูปสมเด็จพระบูรพมหากษัตริยาธิราชเจ้า ในพระบรมราชจักรีวงศ์ ทั้ง ๕ พระองค์ จึงทรงแปลงนามเรียกว่า "ปราสาทพระเทพบิดร"

รัชกาลที่ ๗ โปรดเกล้าฯ ให้หล่อพระบรมรูปพระบาทสมเด็จพระมงกุฎเกล้าเจ้าอยู่หัว อัญเชิญประดิษฐาน ในปี พ.ศ. ๒๔๗๐ รัชกาลที่ ๘ โปรดเกล้าฯ ให้หล่อพระบรมรูปพระบาท สมเด็จพระปกเกล้าเจ้าอยู่หัว แต่เสด็จสวรรคตเสียก่อน

พระบาทสมเด็จพระเจ้าอยู่หัวรัชกาลปัจจุบัน จึงโปรดเกล้าฯ ดำเนินงานต่อ และ หล่อพระบรมรูปพระบาทสมเด็จพระเจ้าอยู่หัวอานันทมหิดล อัญเชิญพระบรมรูปทั้งสอง พระองค์ประดิษฐานวันที่ ๓ เมษายน พ.ศ. ๒๕๐๒

ภาพ : พระบัญชรและพระทวารด้านข้างอาคารทิศเหนือของปราสาทพระเทพบิดร

Prasat Phra Thep Bidorn or Phra Phuthaprang Prasat (continued)

The gables are adorned with a Thai crown flanked by two *chadras* (multi-tier umbrellas), against a blue glass background; King Rama IV's insignia. The gable on the north side depicts Unalome, King Rama I's insignia; the south side depicts the garuda holding naga, King Rama II's insignia; and the west depicts a phra vimarn, King Rama III's insignia.

King Mongkut began construction of the Phra Phuthaprang Prasat in 1855, based on the Prasat Thong in Ayutthaya which he named the Phra Phuthaprang Prasat. The building was originally intended to house the Emerald Buddha Image but the King died before the building was completed.

King Chulalongkorn continued with the construction of the Phra Phuthaprang Prasat and it was completed in 1882 but because the building turned out to be too small it was not used to house the Emerald Buddha Image. In 1903 the building was damaged by fire and repairs had to be undertaken. These were completed in the Sixth Reign. The building now houses the statues of the first five Chakri kings and its name has been changed to Prasat Phra Thep Bidorn.

King Rama VII ordered a statue of Rama VI to be cast and installed in Phra Phuthaprang Prasat in 1927. King Rama VIII ordered a statue of King Rama VII to be cast, but died before the work was completed. The present King continued the work and also ordered a statue of King Rama VIII to be cast. Both were installed in Phra Phuthaprang Prasat on 3rd April 1959.

Picture : *The windows and the door on the northern side of Prasat Phra Thep Bidorn building.*

พระเจดีย์ทอง ๒ องค์

พระเจดีย์ทอง ๒ องค์ ตั้งอยู่บนฐานไพทีด้านหน้าที่มุมฐานทักษิณตรงหน้าปราสาทพระเทพบิดร เป็นเจดีย์ที่พระบาทสมเด็จพระพุทธยอดฟ้าจุฬาโลกมหาราช โปรดเกล้าฯ ให้สร้างขึ้นอุทิศถวาย สมเด็จพระปฐมบรมมหาชนก (พระราชบิดา) องค์ด้านทิศใต้ และอุทิศถวายพระราชมารดา องค์ด้านทิศเหนือ

พระเจดีย์ทองทั้ง ๒ องค์ มีลักษณะเหมือนกันและขนาดเท่ากันทุกประการ เป็นพระเจดีย์ทรงเครื่องย่อมุมไม้สิบสอง หุ้มด้วยแผ่นทองแดง หรือเรียกว่า ทองจังโก ลงรักปิดทองทับอีกชั้นตลอดองค์เจดีย์

พระเจดีย์ทองตั้งอยู่บนฐานแปดเหลี่ยม บุด้วยหินอ่อน จำหลักลายกากบาท เหนือฐานขึ้นไปเป็นรูปพญามาร (ยักษ์) และขุนกระบี่ (ลิง) ทำด้วยปูนปั้นปิดกระจกสี แบกพระเจดีย์ ทั้งหมด ๒๐ ตน เฉพาะตรงกลางฐานทั้ง ๔ ด้าน เป็นรูปขุนกระบี่ เหนือขึ้นไปเป็นฐานสิงห์ ๓ ชั้น แต่ละชั้นคั่นด้วยหน้ากระดาน ๖ ชั้น เป็นฐานบัวหงาย รองรับองค์ครรภธาตุทรงจอมแห แต่งลายรูปดอกบัวอยู่กึ่งกลางทั้ง ๔ ด้าน ถัดไปเป็นยอดรัตนบัลลังก์ ทำเป็นบัวกลุ่ม ๙ ชั้น ตอนปลายยอดนพศูลเป็นโลหะฉลุโปร่งปิดทองทรงพุ่มข้าวบิณฑ์

รัชกาลที่ ๑ โปรดเกล้าฯ ให้สร้างพระเจดีย์ ๒ องค์ขึ้น เพื่ออุทิศถวายแด่พระราชบิดา และพระราชมารดา แต่เดิมอยู่ที่ขอบสระด้านตะวันออกของหอพระมณเฑียรธรรมองค์เดิม ในรัชกาลที่ ๔ โปรดเกล้าฯ ให้สร้างพระพุทธปรางค์ปราสาทแทนที่หอพระมณเฑียรธรรมองค์เดิม จึงให้ย้ายองค์เจดีย์ไปไว้ด้านหน้า มุมเหนือและใต้ของพระพุทธปรางค์ปราสาท ในบริเวณที่เรียกว่า รักแร้ปราสาท ในรัชกาลที่ ๕ โปรดเกล้าฯ ให้หุ้มทองแดงและลงรักปิดทองสร้างมารและกระบี่แบกพระเจดีย์ รัชกาลที่ ๖ โปรดเกล้าฯ ให้ชะลอพระเจดีย์ทอง ๒ องค์ ไปไว้ที่มุมฐานทักษิณปราสาท ดังปรากฏในปัจจุบัน

ภาพ : *พระเจดีย์ทององค์ทิศเหนือตั้งอยู่บนฐานไพทีด้านหน้า*

Two Golden Phra Chedis

The two golden Phra Chedis situated on the phaithee terrace in front of the Prasat Phra Thep Bidorn were constructed by King Rama I in honor of his father (southern chedi) and mother (northern chedi).

The two chedis are exactly the same design and size, having a square base with triple indented corners. The structures are entirely covered with copper sheets, painted with lacquer and covered with gold leaf.

The golden Phra Chedis are placed on an octagonal base lined with marble adorned with a cross design. Above the base are 20 plaster giants and monkeys decorated with colored glass who appear to be lifting the chedi. A monkey figure is placed at the center of each side of the base. Above that is a three-level singha base (lion design base). Next there is a lotus flower designed base on which the chedis stand. The apex of the chedi consists of a group of nine lotus flower design levels, which are topped with a hollow spire covered with gold leaf.

The two chedis were constructed in the First Reign at the edge of the pool to the east of the original Monthientham Buddha Image Hall. King Mongkut (King Rama IV) ordered the construction of the Phra Phuthaprang Prasat at that site. The chedis were therefore moved to the front, south and north of the Phra Phuthaprang Prasat. King Rama V had the chedis covered with copper sheets and painted with lacquer and covered with gold leaf. He also had the demons and monkeys added. King Rama VI ordered the chedis removed to their present location.

Picture : *The northern golden Phra Chedi situated at the front of the phaithee terrace.*

พระมณฑป (๑)

พระมณฑปตั้งอยู่บนฐานไพที อยู่ตรงกลางระหว่างปราสาทพระเทพบิดรกับพระศรีรัตนเจดีย์ มีทางขึ้นสวยงามด้านทิศใต้ ตรงกับด้านข้างพระอุโบสถ บันไดทางขึ้นมี ๒๐ ขั้น พระมณฑปเป็นที่ประดิษฐานพระไตรปิฎกฉบับทอง อยู่ในตู้มุกทรงมณฑป ตั้งอยู่กลางมณฑป มุมอาคารพระมณฑปทั้ง ๔ มุม ประดิษฐานพระพุทธรูปจำหลักหิน รัชกาลที่ ๔ ทรงได้มาจากจันทิเพลาสัน เกาะชวา ประเทศอินโดนีเซีย

พระมณฑปเป็นอาคารสี่เหลี่ยมทรงมณฑป มีชาลากำแพงแก้วล้อมรอบทุกชั้น หลังกำแพงแก้ว ประดับด้วยโคมทองแดงปรุ มีฉัตรทำด้วยทองแดงลงรักปิดทอง ปักอยู่หัวเสารอบกำแพงแก้วทั้งสี่มุม และพระเจดีย์ทองทรงเครื่องอย่างละชนิด บันไดขึ้นฐานทักษิณมี ๘ บันได ราวบันไดทำเป็นรูปนาคสวมมงกุฎ ส่วนบันไดขึ้นฐานปัทม์ (ชั้นบน) ทำเป็นรูปคนสวมมงกุฎนาค เรียกว่า "นาคจำแลง"

ผนังพระมณฑปเป็นลายเทพนมทรงข้าวบิณฑ์ก้านแย่งปิดทองบนพื้นกระจกสีเขียว ตอนล่างผนังเป็นฐานปัทม์ มีเทพนมเรียงอยู่ชั้นบน มีครุฑและอสูรพนมอยู่แถวล่าง เสาเหลี่ยมจัตุรัสย่อมุมไม้สิบสองตั้งรอบองค์พระมณฑป ฐานเสาเป็นกระหนกเท้าสิงห์ ประดับกระจกสีเขียวและขาว ตัวเสาประดับกระจกสีขาว เขียวและแดง เพดานนอกอาคารเป็นลายกระหนกก้านแย่งปิดทองบนพื้นชาด เชิงกลอนปิดทอง ด้านล่างเชิงกลอนห้อยกระดึงใบโพธิ์ปิดทองรอบชายคา

ซุ้มพระทวารเป็นซุ้มยอดทรงมณฑปปิดทองประดับกระจก บานแผละ เป็นลายกำมะลอสีทองพื้นม่วง รูปเซี่ยวกางถือหอกและตรี ยืนเหยียบหลังสิงโต ดาวเพดานซุ้มเป็นรูปดาวล้อมเดือนประดับกระจกขาว แผ่นบานประตูด้านนอก ประดับมุกลายกระหนกก้านขดนกคาบ ตรงกลางเป็นราชสีห์ บนบานประตูภายในกรอบวงกลมแปดดวงเป็นภาพดังนี้

ดวงที่ ๑ : ราชาพิเภกยืนเผ่นถือกระบอง	ดวงที่ ๒ : มังกรกัณฐ์ยืนถือศร
ดวงที่ ๓ : วายุบุตรถือตรีและธงกำลังเหาะ	ดวงที่ ๔ : สุครีพถือพระขรรค์กำลังเหาะ
ดวงที่ ๕ : พาลีถือกระหนกเครือ	ดวงที่ ๖ : องคตเหาะ
ดวงที่ ๗ : พระรามถือพระขรรค์ และกระหนกเครือ	ดวงที่ ๘ : หงส์จีนเผ่น

ภาพ : *พระมณฑปยอดปรางค์ด้านหลังบนฐานไพที ตรงมุมคือพระมณฑปองค์เล็ก ประดิษฐานพระราชสัญลักษณ์ของพระมหากษัตริย์ราชวงศ์จักรี*

Phra Mondop

The Phra Mondop stands on the phaithee terrace which is centrally located between the Prasat Phra Thep Bidorn and the Phra Sri Ratana Chedi. The entrance on the southern side opposite the Phra Ubosot has 20 steps and is very beautiful. The Phra Mondop houses the golden edition of the tripitaka which is kept in a pearl inlaid cabinet shaped like a mondop and placed at the center of the Phra Mondop. Stone Buddha Images, which King Rama IV obtained from Java in Indonesia, stand at each corner of the mondop.

The Phra Mondop is a square structure. Each level is enclosed by walls, and decorated with copper lamps. Lacquered copper *chadras* (many-tier umbrellas) adorn the corner columns. There are eight steps leading up to the taksin platform. The balustrades are of the crowned naga design. The stairs leading up to the top platform are adorned with human figures each wearing a naga design crown.

The walls of the Phra Mondop are adorned with traditional Thai designs featuring the Thep Phanom covered with gold leaf and decorated with green glass. The lower parts of the walls feature a patt base (lotus design base) with Thep Phanom lined up in a row above and with garudas and demons below. Square columns with triple indented corners support the mondop. The column bases are decorated with green and white glass. The columns are adorned with white, green and red glass. Gold leaf-covered bells with bodhi leaf design clappers are hung all around the eaves.

The top of the Phra Mondop's door arch is mondop shaped, covered with gold leaf and adorned with glass. The exterior panels of the door are also adorned with Thai designs, with a carved lion relief motif in the middle.

(continued on next page)

Picture : *The rear Phra Mondop Yod Prang situated on the Phaithee terrace. At the corner is a small Phra Mondop which houses the royal emblem of the Chakri kings.*

พระมณฑป (๒)

ลักษณะหลังคาเป็นทรงมณฑป ๗ ชั้น ย่อมุมไม้สิบสอง มีนาค ๓ เศียร ประดับกระจกเขียว หลังคามุงกระเบื้องสีเขียวขลิบทองถึงคอเหม ตัวเหมประดับกระจกสีขาวและแดง ปลีและยอดมณฑปประดับกระจกสีขาว เหลืองและแดง เป็นลายกริชมีลูกแก้วทอง ๕ ชั้น ยอดสูงสุดประดับฉัตร ๕ ชั้น

ภายในพระมณฑปประดิษฐานตู้พระไตรปิฎกประดับมุขทรงมณฑปใหญ่ บรรจุพระไตรปิฎก ๘๔,๐๐๐ พระธรรมขันธ์ มุมห้องทั้ง ๔ ด้าน ตั้งตู้เขียนลายรดน้ำเรื่องพระกัสสป ใส่พระไตรปิฎกฉบับอื่นๆ พื้นปูด้วยเสื่อเงินสาน มีเครื่องแก้วสำหรับบูชา

เพดานภายในพระมณฑปมี ๒ ชั้น กลางเพดานประดับด้วยดาวเพดาน ๕ ชั้น ห้อยโคมแก้ว ๖ เหลี่ยม ใส่ประทีปตรงกลางเพดาน ผนังโดยรอบเป็นลายรดน้ำปิดทองทรงข้าวบิณฑ์บนชาด ตอนล่างเป็นลายกรวยเชิง รูปกระหนกก้านแย่ง รวมตลอดทั้งบานประตูด้านใน

รัชกาลที่ ๑ โปรดเกล้าฯ ให้สร้างพระมณฑปอยู่บนฐาน ๓ ชั้น เมื่อ พ.ศ. ๒๓๓๑ ในตำแหน่งที่ตั้งหอพระมณเฑียรธรรมองค์เดิมที่ถูกไฟไหม้ไป เพื่อประดิษฐานพระไตรปิฎกฉบับทองใหญ่ ที่พระองค์โปรดเกล้าฯ ให้สังคายนาขึ้นไว้สำหรับแผ่นดิน

รัชกาลที่ ๔ โปรดเกล้าฯ ให้ถมและขยายฐาน ๒ ชั้นออกไปเป็นฐานไพที เพื่อรองรับพระศรีรัตนเจดีย์กับพระพุทธปรางค์ปราสาท ที่ทรงสร้างขึ้นเพิ่มเติม พร้อมกับสานเสื่อเงินปูพื้นพระมณฑป

รัชกาลที่ ๕ ทรงบูรณะปฏิสังขรณ์ เปลี่ยนหลังคาจากปิดทองล่องชาด เป็นลงรักประดับกระจกสีเหลืองแทน

รัชกาลที่ ๗ และรัชกาลปัจจุบัน ได้บูรณะปฏิสังขรณ์ส่วนที่ชำรุดให้คงสภาพเดิมเช่นปัจจุบัน

ภาพ : *พระพุทธรูปศิลา ตั้งอยู่บนแท่นตามมุมอาคารพระมณฑป (ผนังพระมณฑปเป็นลายเทพนมทรงข้าวบิณฑ์ก้านแย่งปิดทองบนพื้นกระจกสีเขียว ตอนล่างผนังเป็นฐานปัทม์ มีเทพนมเรียงอยู่ชั้นบน มีครุฑและอสูรพนมอยู่แถวล่าง)*

Phra Mondop (continued)

The roof is a seven-level mondop with triple indented corners and has a three-headed naga decorated with green glass. The roof tiles are green with a blend of gold tile up to the neck of the hema (phoenix). The hema itself is adorned with white and red glass. The plee and upper part of the mondop is also adorned with white, yellow and red glass. The apex consists of a *chadra* (a five-tier umbrella).

The tripitaka, or Buddhist scriptures with 84,000 verses, are housed in the tripitaka bookcase inside Phra Mondop. Cabinets adorned with Thai designs and containing other versions of the tripitaka are placed at the four corners of the room.

The interior ceiling has two levels with a five-tier star at the lower level from which a hexagonal glass lamp is suspended at the center. The walls are decorated with Thai designs and covered with gold leaf as are the interior door panels.

King Rama I ordered the Phra Mondop constructed on a three-level base in 1788, at the site of the original Monthien Tham Buddha Image Hall that was destroyed by fire. The Phra Mondop was designed specially to house the tripitaka, which he had ordered to be revised.

King Rama IV ordered the base to be built up and expanded to be ready for the construction of the Phra Sri Ratana Chedi and Phra Phuthaprang Prasat. He also added the silver mats. King Chulalongkorn carried out renovations and had the roof repainted with lacquer and decorated with yellow glass. In the Seventh and present reigns, further renovations were carried out.

Picture : *Stone Buddha Images on a base at the corner of the Phra Mondop.*

หอพระราชพงศานุสร และหอพระราชกรมานุสร

หอพระราชพงศานุสร และหอพระราชกรมานุสร อยู่ขนาบข้างพระโพธิธาตุพิมาน ซึ่งอยู่ที่กำแพงแก้วด้านหลังพระอุโบสถ เมื่อเดินเข้าวัดพระแก้วด้านประตูพระฤๅษีก็จะเห็น พระฤๅษีและ ๒ พุทธสถานอยู่ด้านหลังพระฤๅษี

หอพระราชพงศานุสร เป็นหอพระตั้งอยู่ด้านทิศใต้ และหอพระราชกรมานุสรเป็น หอพระตั้งอยู่ด้านทิศเหนือ หอพระทั้งสองมีลักษณะสถาปัตยกรรมและขนาดเหมือนกัน เป็นที่ประดิษฐานพระพุทธรูปปางต่างๆ ๔๒ องค์ หล่อด้วยทองแดงกะไหล่ทองคำ และตั้ง บนฐานเขียงหล่อทองแดง จารึกพระนามอุทิศถวายพระเจ้าแผ่นดินสมัยกรุงศรีอยุธยาและ กรุงธนบุรี ๓๔ องค์ อีก ๘ องค์ อุทิศถวายพระมหากษัตริย์แห่งกรุงรัตนโกสินทร์

รัชกาลที่ ๓ โปรดเกล้าฯ ให้หล่อพระพุทธรูปทองแดงขึ้นมา ๓๔ องค์ เพื่ออุทิศ ถวายพระเจ้าแผ่นดินกรุงศรีอยุธยาและกรุงธนบุรี

รัชกาลที่ ๔ โปรดเกล้าฯ ให้หล่อฐานเขียงและกะไหล่ทองทุกองค์ พร้อมจารึก พระนามอุทิศถวายพระเจ้าแผ่นดินกรุงศรีอยุธยาและกรุงธนบุรี ๓๔ พระองค์ หล่อเพิ่มอีก ๓ องค์ อุทิศถวายพระมหากษัตริย์แห่งกรุงรัตนโกสินทร์

รัชกาลที่ ๕ โปรดเกล้าฯ ให้หล่อพระพุทธรูป ลักษณะเหมือนพระพุทธรูปประจำ พระชนมพรรษาในรัชกาลที่ ๔

รัชกาลที่ ๖ โปรดเกล้าฯ ให้หล่อพระพุทธรูปปางคันธารราษฎร์ อุทิศถวายพระบาท สมเด็จพระจุลจอมเกล้าเจ้าอยู่หัว และรัชกาลที่ ๗ โปรดเกล้าฯ ให้หล่อพระพุทธรูปนั่งที่ ทรงผ้าคลุม อุทิศถวายพระบาทสมเด็จพระมงกุฎเกล้าเจ้าอยู่หัว

รัชกาลปัจจุบัน โปรดเกล้าฯ ให้หล่อพระพุทธรูป องค์หนึ่งนั่งห้อยพระบาท ยกพระหัตถ์ ขวาประทานอภัย และแบพระหัตถ์ซ้ายประทานพร อีกองค์เป็นปางสมาธิเพชร อุทิศถวาย พระบาทสมเด็จพระปกเกล้าเจ้าอยู่หัว และพระบาทสมเด็จพระเจ้าอยู่หัวอานันทมหิดล

พระพุทธรูปอุทิศถวายรัชกาลที่ ๑ ถึงรัชกาลที่ ๕ ปักฉัตรปรุ ๓ ชั้น อุทิศถวายรัชกาลที่ ๖ ถึงรัชกาลที่ ๘ ปักฉัตรปรุ ๕ ชั้น หอพระทั้งสอง สร้างในสมัยรัชกาลที่ ๔ หลังคาประกอบ ด้วยช่อฟ้า ใบระกา ซุ้มหน้าต่างเป็นแบบบันแถลง ๒ ชั้น มีลวดลายตะวันตก กลางหน้าบัน ข้างหนึ่ง เป็นไม้จำหลักลายรูปอุณาโลม เป็นพระบรมราชสัญลักษณ์รัชกาลที่ ๑ อีกด้านเป็น ลาย รูปพระมงกุฎ อันเป็นพระบรมราชสัญลักษณ์รัชกาลที่ ๔ ภายในหอพระราชพงศานุสร เขียนจิตรกรรม ฝาผนังภาพพระราชพงศาวดารกรุงรัตนโกสินทร์ ส่วนหอพระราชกรมานุสร เป็นภาพพระราชพงศาวดารกรุงศรีอยุธยา หอพระทั้งสอง ซ่อมแซมครั้งใหญ่ในรัชกาลที่ ๗ และรัชกาลปัจจุบันคงรักษาศิลปะเดิม

ภาพ : หอพระราชกรมานุสรด้านกำแพงแก้ว ทิศเหนือ

Ratchaphongsanusorn and Ratchakoramanusorn Buddha Image Halls

The Ratchaphongsanusorn and Ratchakoramanusorn Buddha Image Halls are situated on either side of the Phra Phothithat Phimarn, next to the Phra Ubosot walls behind the Phra Ubosot building.

Both halls are similar in design and size and hold a total of 42 Buddha images. The images are cast of copper and covered with gold, and are placed on khiang copper bases. Thirty-four of the images are dedicated to and inscribed with the names of the kings of Ayutthaya and Thonburi, and eight are dedicated to and inscribed with the name of the Ratanakosin kings.

King Rama III ordered the casting of the 34 copper images dedicated to the Ayutthaya and Thonburi kings. King Rama IV ordered the casting of the bases and the gilding of all the images. Thirty-four of the images were inscribed with the names of the Ayutthaya and Thonburi kings, and three with the names of the Ratanakosin kings.

Subsequently King Chulalongkorn ordered the casting of an image similar to the Buddha Image of King Rama IV, King Rama VI and King Rama VII ordered the casting of Buddha images for their predecessors and in the present reign, two images were cast, one in the pose of forgiving and blessing, dedicated to King Rama VII and the other image in the pose of meditation, dedicated to King Rama VIII.

The Buddha images dedicated to King Rama I to V are protected with a *chadra* (three-tier umbrella), while those dedicated to King Rama VI to VIII have five-tier umbrellas. Both the Buddha image halls, constructed in the Fourth Reign, are rather small. The interior walls of the halls are adorned with murals; those of the Ratchaphongsanusorn Buddha Image Hall depicting the history of Ratanakosin and those of Ratchakoramanusorn Buddha Image Hall depicting the history of Ayutthaya.

Picture : *Ratchakoramanusorn Buddha Image Hall, at the northern wall, of Phra Ubosot.*

พระอุโบสถ (๑)

พระอุโบสถหันหน้าไปทางทิศตะวันออก ด้านหลังอยู่ด้านตะวันตก ตรงกับประตูทางเข้า คือ ประตูพระฤๅษี ตั้งอยู่ทางทิศใต้ของพระอาราม เป็นอาคารประธานที่ใหญ่ที่สุดของวัดแห่งนี้ เปิดให้เข้าชมและนมัสการพระแก้วมรกตทุกวัน ตั้งแต่เวลา ๘.๐๐-๑๖.๐๐ น.

พระอุโบสถ มีกำแพงแก้วล้อมรอบทั้ง ๔ ด้าน ประดับกระเบื้องบัวหลังเจียด ผนังด้านนอกประดับกระเบื้องเคลือบสี เขียนลายนกไม้ ผนังด้านในประดับกระเบื้องปรุสีเขียว รอบนอกกำแพงแก้วรอบพระอุโบสถมีซุ้มเสมา ๘ ซุ้ม เป็นเสมาโลหะ ๑ คู่ อยู่ในซุ้มจตุรมุข มี ๕ ยอด แต่ละยอดเป็นรูปเจดีย์ย่อมุมไม้สิบสองปิดทองประดับกระจก ตั้งอยู่บนฐานปัทม์ปิดทองประดับกระจก ตุ๊กตาหินตั้งประดับด้านนอกนั้น เป็นตุ๊กตาหินแบบจีน เป็นอับเฉาเรือของเรือสำเภาจีนการค้าในรัชกาลที่ ๓

ด้านหน้าพระอุโบสถนอกกำแพงแก้ว เป็นรูปสลักหินเจ้าแม่กวนอิม ซึ่งเป็นพระโพธิสัตว์ในศาสนาพุทธนิกายมหายาน ประดิษฐานที่เชิงเสาหิน บัวหัวเสาเป็นแผ่นสำริดนกวายุพักตร์ตั้งอยู่ด้านข้าง ข้างหลังเป็นวัวสำริดคู่หันหน้าไปทางประตู ประตูนี้จึงได้ชื่อว่า "ประตูวัว" วัวนี้เคยประดับที่หน้าพลับพลา ในพระราชพิธีจรดพระนังคัลแรกนาขวัญในครั้งรัชกาลที่ ๔ ต่อมารื้อพลับพลาลงในรัชกาลที่ ๕ จึงย้ายวัวมา ณ ที่นี้ ครั้งแรกตั้งอยู่ที่หน้าหอพระคันธารราษฎร์ และย้ายอีกครั้งมาไว้หน้าพระอุโบสถจนปัจจุบันนี้

พระอุโบสถ เป็นอาคารทรงไทยก่ออิฐถือปูน สูงชั้นเดียว รูปสี่เหลี่ยมผืนผ้า มีระเบียงโดยรอบ ความยาว ๑๕ ห้อง ยกพื้นสูง ๒ ระดับ ระดับแรกเป็นพื้นเฉลียง ทำเป็นฐานทักษิณ บุด้วยหินอ่อนสีเทา ระดับที่สองเป็นพื้นพระอุโบสถตอนล่างยกสูงทำเป็นฐานปัทม์อีกชั้นหนึ่ง มีราวเทียน ตั้งรอบพระอุโบสถทั้ง ๔ ด้าน

หลังคาซ้อน ๓ ชั้น มีมุขลดด้านหน้าและด้านหลัง โครงสร้างหลังคาเป็นไม้มุงด้วยกระเบื้องดินเผาเคลือบสี พื้นหลังคาสีน้ำเงิน ขอบหลังคาสีเหลืองเชิงสีแดง มีช่อฟ้าใบระกา หางหงส์ นาคสะดุ้ง ปิดทองประดับกระจกสีทอง เชิงชายเป็นไม้ทาสีชาด ประดับด้วยไม้แกะลายรูปดอกจอก ปลายเชิงชายแขวนกระดึงใบโพธิ์โดยรอบ หน้าบันเป็นไม้จำหลักลายรูปพระนารายณ์ทรงครุฑยุดนาคปิดทอง บนพื้นกระจกสีน้ำเงิน มีลายกระหนกเครือเถาปิดทอง เป็นลายก้านขดปลายลายเป็นเทพนมประดับโดยรอบ

ภาพ : *พระอุโบสถด้านหน้า (ทิศตะวันออก) มีเสาหินบังอยู่หลังเจ้าแม่กวนอิม*

Phra Ubosot

The Phra Ubosot, with its front facing east and rear facing west, is opposite the Hermit Gate and south of the temple. This is the largest and main building of the temple of the Emerald Buddha. The building is open to the public every day between 8 a.m. and 4 p.m.

The Phra Ubosot is surrounded by walls decorated with coloured tiles on all four sides. Protruding from the walls around the Phra Ubosot, there are eight *sema* arch houses. Each *sema* house has a five spire alcove and houses one pair of metal *sema*. Each spire is chedi-shaped with triple indented corners, decorated with glass and set on a gilded lotus designed base.

In front of the Phra Ubosot, is a stone Guan Im, a Bhodhisatta of the Mahayana sect. Lotus flower design bronze plates adorn the Phra Ubosot's stone columns and it is flanked by Wayuphak birds. A pair of bronze oxen stand at the rear. These oxen were originally placed in front of the Plowing Ceremony pavilions. When the pavilions were dismantled, in the Fifth Reign, the oxen were moved to this location.

The Phra Ubosot is a Thai-style single-story brick building which is completely surrounded by a wall. The floor has two levels, the first level is the taksin platform which is laid with gray marble, the second level is the Phra ubosot floor with a lotus flower designed base.

The three-tier roof has an extension in the front and rear. The roof is constructed of wood and covered with glazed tiles. The roof is adorned with *chor fa, bai raka, hang hong* and *nag sadung* and decorated with gold mirrors. The overhang is also wood, painted bright red and decorated with carvings. Small bells with bodhi leaf clappers are hung all around. The gables of wood are carved with depiction of Phra Narai holding a garuda and covered with gold leaf.

(continued on next page)

Picture : *Phra Ubosot, from the front, showing the stone column behind the Guan Im statue.*

พระอุโบสถ (๒)

เสาหานมุขหน้าและมุขหลัง เป็นเสาปูนย่อเหลี่ยมไม้สิบสอง ฐานเสาเป็นฐานปัทม์ทรงเครื่อง ประดับด้วยกระเบื้องเคลือบสี ลายดอกไม้จีนผูกลายแบบไทย ถัดขึ้นมาเป็นฐานสิงห์ปิดทองประดับกระจก ผนังเสาประดับกระจกขาว เขียว เหลือง แดง เป็นลายประจำยามก้านแย่งดอกสี่กลีบ ครีบเสาเป็นลายรักร้อยปิดทองประดับกระจก

เสานางเรียง เป็นเสาด้านข้างรอบพระอุโบสถ คล้ายกับเสาหาน ต่างกันตรงที่ฐานเสาเป็นเพียงลายท้องไม้แบบลายก้ามปูปิดทองประดับกระจก ระหว่างเสาเป็นพนักระเบียง ตอนบนพนักเป็นบัวหลังเจียดลายกระจังและก้ามปูปิดทองบนพื้นกระจกสีน้ำเงิน ด้านในพนักระเบียงประดับด้วยหินอ่อนแกะเป็นลายเครื่องบูชารูปแจกันประดับดอกไม้แบบจีน ด้านนอกพนักระเบียงบุกระเบื้องเคลือบสีรูปดอกไม้แบบจีน มี ๓ ลายต่อเนื่องกันโดยรอบ ทั้งเสาหานและเสานางเรียงมีทวยรับปลายเต้า เป็นรูปพญานาคปิดทองมีเกล็ดกระจก

ผนังด้านนอก ประดับด้วยกระเบื้องดินเผา ลายพุ่มข้าวบิณฑ์ก้านแย่งทอง แต่งด้วยกระจกสีขาว แดง น้ำเงิน ประดับกระจกสีเหลืองระหว่างลาย ผนังใต้หน้าต่าง เป็นฐานปัทม์ ล่างสุดของฐานประดับกระเบื้องเคลือบสี ลายดอกไม้จีน ถัดขึ้นมาเป็นกระจังขนาดต่างกัน ๓ ชั้น เรียงลำดับจนถึงฐานสิงห์ประดับกระจกสีน้ำเงินสลับขาว

ครุฑยุดนาคทรงเครื่องสังวาล ตั้งบนบัวฐานสิงห์ คั่นด้วยฐานบัวคว่ำบัวหงายหน้ากระดานเป็นลายก้ามปูปูนปั้นปิดทองประดับกระจกสีน้ำเงินมีครุฑยุดนาคหล่อด้วยโลหะจำนวน ๑๑๒ ตัว รายรอบพระอุโบสถ

ซุ้มพระทวาร (ซุ้มประตู) เป็นซุ้มทรงมณฑปปิดทองประดับกระจก เพดานซุ้มทาสีชาด มีดอกจอกใหญ่ซ้อน ๓ ชั้น ปิดทองประดับกระจกตรงกลาง ดอกจอกน้อยรายรอบ ผนังช่องพระทวาร เป็นลายปูนปั้นรูปเซี่ยวกางถือง้าวเหยียบสิงโตทรงเครื่องอย่างไทย บานประตูด้านนอกเป็นบานประดับมุก บานประตูด้านในเป็นลายรดน้ำเครือแย่งทรงข้าวบิณฑ์ดอกในปิดทอง บานแผละเป็นภาพสุภาษิต

ซุ้มพระบัญชร (ซุ้มหน้าต่าง) เป็นซุ้มทรงมณฑปปิดทองประดับกระจก เพดานซุ้มทาสีชาด มีดอกจอกใหญ่ซ้อนกัน ๓ ชั้น ปิดทองประดับกระจกอยู่กลาง ดอกจอกน้อยรายรอบ ตอนล่างของซุ้ม เป็นฐานสิงห์ปิดทองประดับกระจกสีน้ำเงิน ผนังกบภายนอกเป็นลายปั้นรูปเทวดาถือพระขรรค์ยืนบนแท่น บานหน้าต่างด้านนอกประดับมุกลายประจำยามก้านแย่ง ด้านในเป็นลายรดน้ำเครือแย่งทรงข้าวบิณฑ์ดอกในปิดทอง

Phra Ubosot (continued)

The exterior walls of the Phra Ubosot are covered with tiles, decorated with Thai designs and adorned with white, red, blue and yellow glass. The lower part of the wall, below the windows, has a patt base (lotus design base). The lowest part of the base is decorated with glazed colored tiles with Chinese designs, while above there are three levels of patterns reaching up to the singha base (lion design base) and decorated with alternating white and blue glass.

Garudas holding nagas are placed atop the singha base which is decorated with gilt-stucco and blue glass. In all there are a total of 112 metal garudas holding nagas around the Phra Ubosot.

Each door arch is in the shape of a mondop, covered with gold and decorated with glass. The ceilings of the arches are painted bright red and decorated with large, three layer, flower patterns, gilded and covered with glass at the center. Smaller flowers surround the large ones. The walls between the doors are covered with stucco motif with a Thai design. The exterior door panels are inlaid with pearl while the interior panels are decorated with Thai designs.

The window arches are also in the shape of a mondop, gilded and adorned with glass. The ceilings are painted bright red and decorated with a large three layer flower pattern, gilded and covered with glass at the center. Smaller flowers surround the large ones. At the lower part of the archway is a singha base gilded and decorated with blue glass. The exterior walls are decorated with plaster designs depicting angels. The exteriors of the window panels are inlaid with pearl while the interior panels are decorated with Thai designs.

(continued on next page)

Picture : *The cast garudas holding nagas provide support around the Phra Ubosot base.*
ภาพ : *รูปหล่อครุฑยุดนาคทรงเครื่องประดับอยู่รอบฐานพระอุโบสถ*

PLEASE DO NOT LEAN
OR SIT ON THE LEDGE

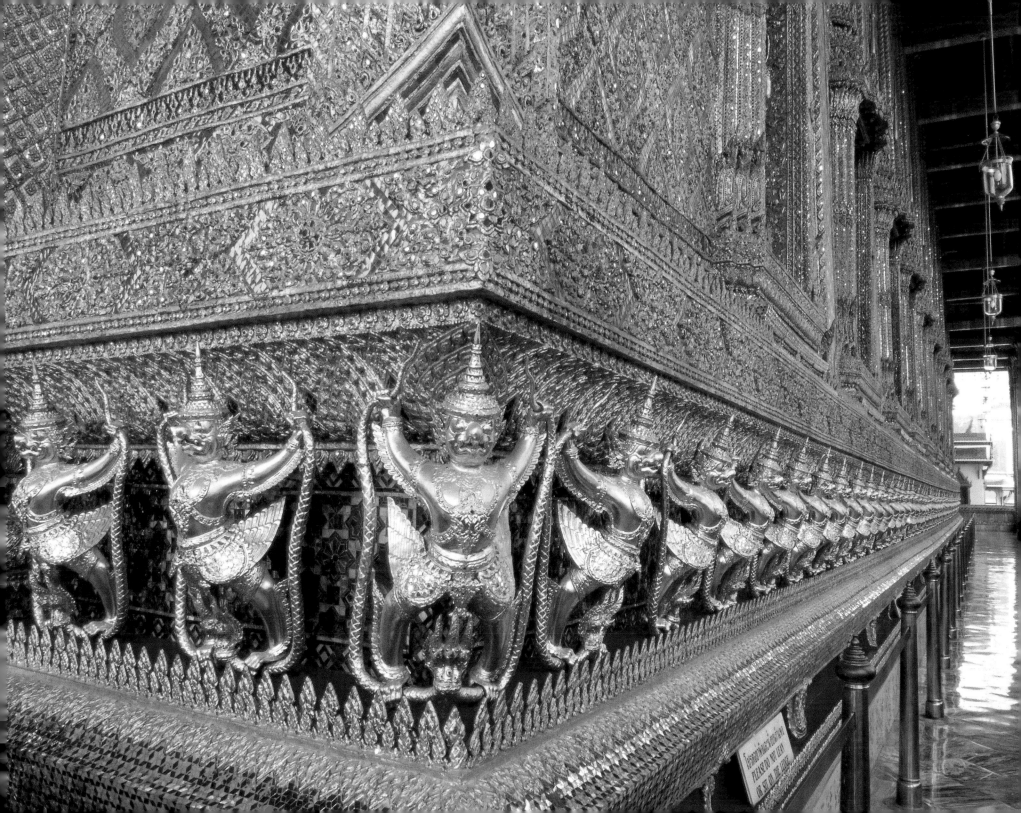

พระอุโบสถ (๓)

พระทวารใหญ่ บันไดกลางด้านหน้าพระอุโบสถเป็นทางเสด็จพระราชดำเนิน ด้านหน้าและด้านหลังพระอุโบสถ มีด้านละ ๓ บันได บันไดทั้ง ๖ ปูด้วยหินอ่อนสีเขียว ขั้นบันไดประดับด้วยกระเบื้องเคลือบสีลายนกไม้ สองข้างบันได ประดับด้วยกระจกเป็นลายกลับสีขาวสลับเขียว

สิงโตสำริด ตั้งอยู่บนพื้นเฉลียงข้างบันได บันไดละ ๑ คู่ รวมทั้งหมด ๑๒ ตัว สิงโตสำริดตัวที่ได้มาจากเมืองบันทายมาศ ประเทศเขมร ตั้งแต่รัชกาลที่ ๓ จำนวน ๒ ตัว ตั้งอยู่ที่บันไดพระทวารใหญ่ ส่วนที่เหลือจำลองขึ้นในรัชสมัยเดียวกัน

ภายในพระอุโบสถ ประดิษฐานพระพุทธมหามณีรัตนปฏิมากร ในบุษบกบนฐานเบญจาเหนือฐานแว่นฟ้า บนฐานแว่นฟ้าประดิษฐานพระพุทธรูปฉลองพระองค์ ๗ องค์ ภาพจิตรกรรมฝาผนังเขียนด้วยสีฝุ่นผสมกาว ด้านตะวันออกเป็นภาพมารผจญ ด้านตะวันตกเป็นภาพไตรภูมิ เหนือขอบประตูและหน้าต่างเป็นเรื่องปฐมสมโพธิ เหนือขึ้นไปเป็นภาพเทวดาถือดอกไม้ ผนังระหว่างช่องหน้าต่างเป็นเรื่องพุทธชาดก ผนังใต้หน้าต่างด้านทิศใต้และทิศเหนือเป็นภาพขบวนพยุหยาตราสถลมารค เชิงผนังประดับด้วยกระเบื้องเคลือบลายนกไม้ เหนือขอบประตูหน้าต่างเขียนบนกระจกเรื่องปฐมสมโพธิ บานละ ๓ ภาพ ผนังกบด้านในเขียนภาพสุภาษิต เพดานพระอุโบสถปิดทองฉลุลายประดับดาวเพดาน

รัชกาลที่ ๑ โปรดเกล้าฯ ให้สร้างพระอุโบสถในปี พ.ศ. ๒๓๒๖ เพื่อประดิษฐานพระพุทธมหามณีรัตนปฏิมากร (พระแก้วมรกต) ทรงอัญเชิญมาจากเวียงจันทน์ พ.ศ. ๒๓๒๒ พระอุโบสถเสร็จ พ.ศ. ๒๓๒๘ โปรดเกล้าฯ ให้สร้างเครื่องทรงสำหรับฤดูร้อนและฤดูฝน

รัชกาลที่ ๓ โปรดเกล้าฯ ให้ปฏิสังขรณ์ครั้งใหญ่ พ.ศ. ๒๓๗๔ มีการเปลี่ยนแปลงมากมาย อาทิ เปลี่ยนหลังคาเป็นกระเบื้องดินเผาเคลือบสี ตั้งรูปครุฑยุดนาคทรงเครื่องสังวาลบนฐานปัทม์ ๑๑๒ ตัว เสาหานและเสานางเรียงประดับกระจกสี บานพระบัญชรประดับมุกแกมเบื้อ นำสิงโตสำริดมาประดับบันได สร้างราวเทียน ๖๒ เสา เรียงรอบฐานปัทม์ ตั้งเสาหานเพิ่ม ๘ ต้นหน้าพระอุโบสถ ภายในนำไม้เบญจาหนุนบุษบกให้สูงขึ้น เขียนภาพจิตรกรรมฝาผนังเรื่องพุทธชาติชาดก ประดับกระจกเงาบนทับหลังพระทวารและพระบัญชรทีละ ๓ บาน โปรดเกล้าฯ ให้สร้างเครื่องทรงสำหรับฤดูหนาว

รัชกาลที่ ๔ โปรดเกล้าฯ เปลี่ยนบานประตูและหน้าต่างจากมุกแกมเบื้อเป็นมุกล้วน จากลายเขียนตรงช่องกบเป็นลายปั้น เขียนภาพเรื่องไตรภูมิ

รัชกาลที่ ๕ โปรดเกล้าฯ ให้ซ่อมลายปั้นผนัง ปูแผ่นทองเหลืองที่พื้นพระอุโบสถใหม่ ถวายเครื่องบูชา เช่น ธรรมมาสน์หินอ่อนสีขาว จากประเทศอิตาลี

รัชกาลที่ ๖ โปรดเกล้าฯ ซ่อมบุษบก แก้ไขบันไดทางขึ้นให้เตี้ยลง ถวายเครื่องบูชา เช่น เชิงเทียนรูปวชิราวุธ

รัชกาลที่ ๗ โปรดเกล้าฯ ให้ซ่อมแซมทั่วไป

รัชกาลปัจจุบัน บูรณะปฏิสังขรณ์ใหม่หมด ให้คงลักษณะศิลปะโบราณ

Phra Ubosot (continued)

King Rama I ordered the construction of the Phra Ubosot in 1783 to house the Emerald Buddha Image, which he had brought from Vientiane in 1779. The structure was completed in 1785. Summer and rainy season robes were also created for the image.

King Rama III ordered a major renovation in 1831 and many changes were made both to the interior and exterior. These changes included covering the roof with colored tiles, installing the 112 garudas holding nagas, decorating the columns around the Phra Ubosot with colored glass, installing 62 candlesticks and erecting an additional eight sao harn columns in front of the Phra Ubosot. The interior modifications included raising the bussaboke of the Emerald Buddha Image, painting the murals depicting the Buddha's incarnations, installing mirrors and creating the winter robe for the image. Further alterations and modifications were made by subsequent kings.

King Rama IV made alterations to the door and window panels, King Rama V had minor repairs made, laid a brass sheet over the Phra Ubosot floor and installed several religious ornaments made of Italian marble. King Rama VI had the bussaboke repaired and made other minor alterations and King Rama VII ordered general renovations to the structure.

In the present reign major renovations were carried out without disturbing the ancient characteristics.

Picture : *The six bronze Cambodian-style lions, at the rear entrance to the Phra Ubosot.*
ภาพ : *สิงห์สำริดแบบเขมร ๖ ตัวตั้งอยู่ทางเข้าด้านหลังพระอุโบสถ*

พระที่นั่งบรมพิมาน (๑)

พระที่นั่งบรมพิมานตั้งอยู่ทางทิศใต้ของพระบรมมหาราชวัง เคียงข้างกับหมู่
พระมหามณเฑียรทางทิศเหนือ เมื่อออกจากประตูวัดพระศรีรัตนศาสดารามมาแล้ว ด้าน
ซ้ายมือคือ พระที่นั่งบรมพิมาน ประตูรั้วเหล็กปิดกั้นไว้ ให้ชมแต่เพียงภายนอกรั้ว มีทหาร
ยามยืนรักษาการณ์ ไม่เปิดให้เข้าชม

ประตูดุสิตศาสดา อยู่ตรงช่องทางเดินระหว่างพระที่นั่งบรมพิมานกับหมู่พระมหา
มณเฑียร ตกแต่งเครื่องยอดเป็นทรงปรางค์รูปพรหมสี่หน้าประดับอยู่ตอนบนเหนือ
ซุ้มประตูสวยงาม อดีตเส้นทางนี้เป็นทางเสด็จพระราชดำเนินของพระมเหสี เทวี และ
ข้าราชบริพารฝ่ายใน ไปสู่วัดพระแก้ว ไม่เปิดให้เดินผ่าน

ปัจจุบันพระที่นั่งองค์นี้ เป็นที่พักรับรองพระราชอาคันตุกะชั้นประมุขของประเทศ
และพระราชอาคันตุกะที่ทรงเป็นพระราชวงศ์ชั้นสูงของนานาประเทศ ที่มีสัมพันธไมตรี
อันดีกับประเทศไทย ภายในบริเวณพระที่นั่ง ประกอบด้วยองค์พระที่นั่ง สวนขวัญ
สวนศิวาลัย เรือนรับรองทรงไทยสำหรับเป็นที่พักสำหรับคณะผู้ติดตาม ๒ หลัง ใน
บริเวณสวนศิวาลัย

พระที่นั่งองค์นี้ เป็นอาคาร ๒ ชั้น สร้างแบบนีโอคลาสสิก ยุคเรอแนสซองส์
(Renaissance) สถาปัตยกรรมแบบยุโรป มีเสาอิงประกอบผนังอาคาร ระเบียงอาคารเป็น
ลูกแก้ว ผนังอาคารแต่งปูนเป็นเส้นนอน ซุ้มพระทวารและช่องพระบัญชรด้านหน้าเป็นซุ้ม
โค้ง จั่วสามเหลี่ยมตกแต่งด้วยปูนปั้น หลังคาอาคารที่ค่อนข้างโดดเด่นเป็นหลังคาโค้ง
แบบมังซาร์ด (Mansard roof) มุงด้วยหินชนวน ด้านหน้าพระที่นั่งมีลายบัวปูนปั้นเป็นตรา
ของสมเด็จพระบรมโอรสาธิราชฯ ประดับเหนือพระบัญชร

Borom Phimarn Throne Hall

Borom Phimarn Throne Hall is situated to the south of the Grand Palace next to the Phra Maha Monthien Buildings. On exiting the temple of the Emerald Buddha gates, Borom Phimarn Throne Hall is on the lefthand side. Its iron gates are shut and guarded by sentries, and visitors are not permitted to enter.

Dusitsasada Gate is between Borom Phimarn Throne Hall and the Phra Maha Monthien Buildings. It is decorated with a prang with a four-faced Brahma on top of a beautiful gate archway. Formerly, this was the passageway used by the queen and ladies of the court to enter the temple of the Emerald Buddha and it was not accessible to the public.

Nowadays, the hall is used as a guest house for state visitors and royal guests from many countries. The hall compound consists of the palace building, Khwan garden, Siwalai garden and two Thai-style guest houses within the Siwalai garden for officials accompanying the state guests.

Borom Phimarn Throne Hall is a two-story building in the neoclassic style of the Renaissance period. The walls are interspersed with pilasters and decorated with plaster designs. Circular door and window arches are incorporated in the design of the buildings front elevation. The triangular gables are also decorated with stucco motifs and the distinctive Mansard roof is covered with slate tiles. At the front of the hall, above the windows, there is a stucco motif of the Crown Prince's insignia.

(continued on next page)

ภาพ : *พระที่นั่งบรมพิมานด้านหน้า (ภาพนี้ได้รับอนุญาตจากสำนักพระราชวังให้เข้าถ่ายภาพ เมื่อเดือน ม.ค. ๒๕๔๔ เผยแพร่เพื่อการศึกษา)*

Picture : *Borom Phimarn Throne Hall, viewed from the front. (Permission for the photograph to be taken was granted for educational purposes by the Royal Secretariat in January 2001.)*

พระที่นั่งบรมพิมาน (๒)

พระที่นั่งองค์นี้ ตั้งอยู่ทางทิศเหนือของบริเวณสวนศิวาลัย อดีตบริเวณพระที่นั่งคือ ที่ตั้งโรงแสง เป็นคลังสรรพาวุธ ต่อมาพระบาทสมเด็จพระปรมินทรมหาจุฬาลงกรณ์ พระจุลจอมเกล้าเจ้าอยู่หัว ทรงพระกรุณาโปรดเกล้าฯ ให้รื้อโรงแสงลง และสร้างพระที่นั่ง ๒ ชั้น เป็นอาคารสีครีมสถาปัตยกรรมแบบยุโรปขึ้น พระราชทานนามว่า "พระที่นั่งภานุมาศจำรูญ" สำหรับเป็นที่ประทับของเจ้าฟ้ามหาวชิรุณหิศ สยามมกุฎราชกุมาร แต่เจ้าฟ้ามหาวชิรุณหิศฯ สวรรคตเสียก่อน ต่อมาจึงพระราชทานให้เป็นที่ประทับของสมเด็จเจ้าฟ้ามหาวชิราวุธ พระบรมโอรสาธิราช สยามมกุฎราชกุมาร สร้างระหว่าง พ.ศ. ๒๔๔๐-๒๔๔๖ ต่อมาในรัชกาลที่ ๖ ได้พระราชทานนามใหม่ว่า "พระที่นั่งบรมพิมาน"

รัชกาลปัจจุบัน ทรงพระกรุณาโปรดเกล้าฯ ให้บูรณะดัดแปลงเป็นที่รับรองแขกเมืองระดับประมุขของประเทศ โดยต่อเติมอาคารด้านตะวันออก ปรับปรุงภายในอาคาร และสร้างอาคารเรือนไทยรับรองคณะผู้ติดตามแขกเมืองขึ้น ๒ หลัง ในบริเวณสวนศิวาลัย

พระที่นั่งแห่งนี้เคยเป็นที่ประทับของพระมหากษัตริย์หลายพระองค์ กล่าวคือ เมื่อรัชกาลที่ ๖ เสด็จขึ้นครองราชย์แล้ว ได้เสด็จมาประทับเป็นครั้งคราว รัชกาลที่ ๗ เสด็จมาประทับที่พระที่นั่ง ก่อนการพระราชพิธีบรมราชาภิเษก รัชกาลที่ ๘ เมื่อครั้งเสด็จนิวัติพระนครในปี พ.ศ. ๒๔๘๙ เสด็จประทับ ณ พระที่นั่งบรมพิมาน พร้อมด้วยสมเด็จพระอนุชาธิราช และสมเด็จพระราชชนนี และเสด็จสวรรคต ณ พระที่นั่งองค์นี้

แม้ว่าพระที่นั่งองค์นี้ จะเป็นสถาปัตยกรรมแบบยุโรป แต่ภายในพระที่นั่งมีการตกแต่งหลายส่วนด้วยศิลปกรรมอย่างไทย เช่น ภายในโดมห้องทรงพระสำราญ เขียนเป็นภาพ พระอินทร์ พระวรุณ พระอัคนี และพระยม เบื้องล่างเทพต่างๆ เขียนคาถาว่าด้วย ทศพิธราชธรรม ๑๐ ประการ ด้วยอักษรไทย ที่รัชกาลที่ ๖ ทรงดำริขึ้นใหม่ มีอักษรสระ พยัญชนะ และวรรณยุกต์ อยู่บรรทัดเดียวกัน

Borom Phimarn Throne Hall (continued)

Borom Phimarn Throne Hall, located north of the Siwalai garden, was the site of a former armory. King Chulalongkorn ordered the armory removed and had constructed in its place a two-story western-style building intended to be the residence of the Crown Prince Vajirunhis and which he named Phanumart Chamroon Throne Hall. The prince died before it could be completed and the hall, constructed between 1897 and 1903, was then made the residence of the Crown Prince Vajiravudh. In the Sixth Reign, the name was changed to Borom Phimarn Throne Hall.

Today the hall has been adapted to serve as a guest house for visiting heads of state. The east wing was extended and the interior of the building was renovated. Two Thai-style houses to accomodate accompanying officials were built in the Siwalai garden.

Many kings have resided at the hall, including Rama VI who, after his coronation, came to stay on several occasions. King Rama VII stayed at the hall before his coronation. King Rama VIII, on his return to the country in 1946, stayed at Borom Phimarn Throne Hall with his brother and the Princess Mother. The king also died while staying at the hall.

Even though the building is of western design, much of the interior is decorated in Thai style. The dome of the hall is decorated with pictures of Phra Indra, Phra Warun, Phra Akanee and Phra Yom. Below these angels and gods are inscriptions written in a Thai script devised by King Rama VI.

Picture : *Borom Phimarn Throne Hall, from the rear of the building. (Permission for the photograph to be taken was granted for educational purposes by the Royal Secretariat in January 2001.)*

หมู่พระมหามณเฑียร

หมู่พระมหามณเฑียร ตั้งอยู่ทางทิศตะวันออกของพระราชฐานชั้นกลาง เมื่อออกจากวัดพระแก้ว ด้านซ้ายเป็นพระที่นั่งบรมพิมาน ด้านขวามือเป็นหมู่พระมหามณเฑียร มีกำแพงแก้วล้อมรอบ ซึ่งมีความสำคัญอย่างยิ่ง เพราะเคยเป็นพระวิมานที่บรรทมของพระบาทสมเด็จพระเจ้าอยู่หัวรัชกาลต่างๆ เป็นมณฑลประกอบพระราชพิธีราชาภิเษกเฉลิมราชมณเฑียรตั้งแต่รัชกาลที่ ๒ จนถึงรัชกาลปัจจุบัน รัชกาลปัจจุบันโปรดเกล้าฯ ให้ตั้งการพระราชพิธีเฉลิมพระชนมพรรษา และพระราชพิธีบำเพ็ญกุศลอื่นๆ มาตลอด เปิดให้เข้าชมเฉพาะพระที่นั่งอมรินทรวินิจฉัยฯ

หมู่พระมหามณเฑียร มีพระที่นั่ง ๓ องค์ เรียงรายต่อเนื่องกัน ดังนี้

พระที่นั่งอมรินทรวินิจฉัยมไหสูรยพิมาน เป็นพระที่นั่งส่วนหน้า เป็นพระที่นั่งท้องพระโรง สำหรับเสด็จออกขุนนางฝ่ายหน้า

พระที่นั่งไพศาลทักษิณ เป็นพระที่นั่งส่วนกลาง เป็นที่ประทับทรงพระสำราญในเขตฝ่ายใน ปัจจุบันเป็นที่ประดิษฐานพระสยามเทวาธิราช พระที่นั่งอัฐทิศและพระที่นั่งภัทรบิฐ

พระที่นั่งจักรพรรดิพิมาน เป็นพระที่นั่งส่วนในสุด เป็นที่บรรทมของพระเจ้าแผ่นดินภายหลังจากที่ทรงกระทำพระราชพิธีบรมราชาภิเษกแล้ว มีท้องพระโรงหน้าเชื่อมต่อกับพระที่นั่งไพศาลทักษิณ

รัชกาลที่ ๑ โปรดเกล้าฯ ให้สร้างหมู่พระมหามณเฑียรขึ้นใน พ.ศ. ๒๓๒๘ แต่เดิมเรียกรวมกันว่า "พระที่นั่งจักรพรรดิพิมาน" รัชกาลที่ ๒ โปรดเกล้าฯ ให้สร้างพระที่นั่งสนามจันทร์ และเก๋งนารายณ์ รัชกาลที่ ๓ โปรดเกล้าฯ พระราชทานนามแยกพระที่นั่งเป็นองค์ดังกล่าวข้างต้นและบูรณะปฏิสังขรณ์ครั้งใหญ่ รัชกาลที่ ๔ โปรดเกล้าฯ ให้สร้างซุ้มพระทวารและพระบัญชร พระที่นั่งโถง และยอดประตูทางเข้าพระราชฐานชั้นใน เป็นพรหมพักตร์พร้อมกับสร้างซุ้มประตูทางเข้าหมู่พระมหามณเฑียรทางทิศเหนือ และทิศตะวันตก พระราชทานนามว่า "พระทวารเทวาภิบาล" และ "พระทวารเทเวศร์รักษา" รัชกาลที่ ๖ โปรดเกล้าฯ ให้สร้างมุขต่อจากองค์พระที่นั่งอมรินทรวินิจฉัยฯ ทั้งด้านทิศตะวันออก และทิศตะวันตก รัชกาลที่ ๗ รัชกาลที่ ๘ และรัชกาลปัจจุบัน เป็นการบูรณะซ่อมแซมให้อยู่ในสภาพเดิม

ภาพ : *หมู่พระมหามณเฑียรตามแนวกำแพงแก้วด้านทิศตะวันตก ซุ้มประตูทางเข้าชื่อ "พระทวารเทเวศร์รักษา" (ดูผังหมู่พระมหามณเฑียร หน้า ๑๐๓)*

The Phra Maha Monthien Buildings

The Phra Maha Monthien Buildings are situated to the east of the central zone of the palace. On exiting the temple of the Emerald Buddha, Borom Phimarn Throne Hall is on the lefthand side while the Phra Maha Monthien Buildings are on the right. The Buildings, enclosed by a wall, are important because they were used as sleeping quarters for the kings. All the coronations from King Rama II to the present king took place in these buildings and the present king has used the hall for many important functions. Only Amarinthara Winichai Mahaisunya Phimarn Throne Hall is open to the public.

The Phra Maha Monthien Group of Buildings consists of three buildings, namely:

Amarinthara Winichai Mahaisunya Phimarn Throne Hall, which is the front hall, and is used as an audience hall for palace officials;

Phaisarn Taksin Throne Hall, which is the central hall and which was formerly used as the private royal residence. It now houses the Siam Thevathiraj Buddha Image and the important Atthit and Phatharabit Thrones; and

Chakraphat Phimarn Throne Hall which is the innermost palace and was used as the king's sleeping quarters after their coronations.

King Rama I ordered the construction of the Phra Maha Monthien Buildings in 1785. The original buildings were named the Chakraphat Phimarn Throne Hall. King Rama II added the Sanam Chan Pavilion and the Narai Chinese pavillion. King Rama III changed the name to Phra Maha Monthien Buildings and carried out major renovations. King Mongkut (Rama IV) added the door and window arches, the hall and the Brahma-faced gateway. He also added the archway entrances on the northern and western sides and named them the *Thevaphibal* and *Thevetraksa* gates, respectively. King Rama VI ordered the construction of the portico extensions on both the eastern and western sides of the Amarinthara Winichai Mahaisunya Phimarn Building. King Rama VII and VIII, as well as the present monarch retained the buildings in their existing form.

Picture : *Phra Maha Monthien Buildings, viewed from along the western wall. The entrance arch is called the Thevetraksa Gate. (see the map on page 103)*

พระที่นั่งอมรินทรวินิจฉัยมไหสูรยพิมาน

ซุ้มประตูพระทวารเทวาภิบาล เป็นทางเข้าพระที่นั่งอมรินทรวินิจฉัยฯ โดยตรง ตั้งอยู่กลางกำแพงแก้วด้านทิศเหนือ เป็นซุ้มก่ออิฐถือปูนรูปสี่เหลี่ยมผืนผ้ายกพื้น มีพระทวาร ๓ บาน พระทวารกลางเป็นทางเสด็จพระราชดำเนิน ส่วน ๒ พระทวารที่เหลือเป็นทางเข้า-ออก หน้าพระทวารประดับด้วยตุ๊กตาศิลาแบบจีนขนาดใหญ่ และสิงโตจำหลักหินแบบจีน ซุ้มพระทวารเป็นยอดทรงมงกุฎ ซุ้มประธานอยู่ตรงกลาง ประดับด้วยกระเบื้องถ้วยสีเขียวเป็นพื้น หลังคาทั้งสองข้างเป็นหลังคาจั่วมุงด้วยกระเบื้องดินเผาเคลือบสีน้ำเงิน กลางสันหลังคามีซุ้มยอดทรงมงกุฎขนาดเล็ก หน้าบันทำด้วยหินอ่อนฉลุลายพุดตาน ใต้หน้าบันเป็นลายปูนปั้นรูปหงส์ ๒ ตัว หันหน้าเข้าหากัน ตรงกลางเป็นรูปพระอาทิตย์ ใต้หลังคาซุ้มพระทวาร ๒ ข้างเป็นลายมังกร ประตูนี้สร้างขึ้นในรัชกาลที่ ๔

พระที่นั่งอมรินทรวินิจฉัยฯ เป็นท้องพระโรงโถง ยกพื้นสูง มีมุขสองข้าง ทางเข้าใหญ่ มีพระทวาร ๓ บาน บานกลางเป็นทางเสด็จพระราชดำเนิน ภายในท้องพระโรงมีเสา ๖ ต้น เป็นเสาฉลุลายปิดทองลายดอกไม้ก้านแย่ง หัวเสาและโคนเสาเป็นลายกรวยค่อนกลางท้องพระโรง มีพระที่นั่งพุดตานกาญจนสิงหาสน์ ภายใต้มหาเศวตฉัตร ถัดไปเป็นพระที่นั่งบุษบกมาลามหาจักรพรรดิพิมาน

หลังคาพระที่นั่งฯ มุงด้วยกระเบื้องดินเผาเคลือบสี พื้นหลังคาสีเขียว ขอบหลังคาสีส้ม ลวดลายสีเหลือง ประดับด้วยช่อฟ้า ใบระกา หางหงส์ ประดับกระจกสีทองด้านหน้ามุงด้วยกระเบื้องสีน้ำเงิน ประดับช่อฟ้า ใบระกา หางหงส์

หน้าบันพระที่นั่งฯ ตรงกลางจำหลักลายรูปพระอมรินทราธิราชประทับเหนือวิมานปราสาทสามยอด ล้อมด้วยกระหนกก้านขด ปลายลายเป็นหัวนาค เป็นลายสมัยอยุธยาตอนปลาย หน้าบันท้องพระโรงโถงด้านหน้า จำหลักลายดอกพุดตานก้านแย่ง ประดับกระจกสีฝังในเนื้อไม้ ที่เรียกว่าลายลงยา เป็นแบบพระราชนิยมในรัชกาลที่ ๔

ผนังภายในฉลุลายปิดทองแบบเดียวกับเสา ตรงคอสองเขียนภาพเทพชุมนุม เพดานเป็นรูปดาวเพดานกลีบบัว ลงรักปิดทองล่องชาดประดับกระจก ประกอบลายกรวยเชิงที่หัวและท้าย หลังบานพระบัญชรเขียนสีเป็นภาพเทวดาทรงพระขรรค์ หลังบานพระทวารเป็นภาพอสูรถืออาวุธยืนบนแท่นมียักษ์แบก เป็นพระที่นั่งองค์เดียวที่มียักษ์เป็นทวารบาล

Amarinthara Winichai Mahaisunya Phimarn Throne Hall

Thevaphibal Gate is the main entrance to the Amarinthara Winichai Mahaisunya Phimarn Throne Hall. The central gate is used by the king, while the other two gates are for the public. Chinese-style stone statues and lions are placed in front of the gates. The gateway is topped by a Thai-style crown. The main gateway is at the center and is decorated with green cup porcelain. The two side gates are roofed with blue tiles and there is a small crown at the center of each. The gables are lined with marble adorned with Thai designs and below them are two phoenixes facing one another. At the center is a picture of the sun. The ceiling of the gate has a dragon design. This gateway was constructed in the Fourth Reign.

The Amarinthara Winichai Mahaisunya Phimarn Throne Hall is an audience chamber with a raised floor. The main entrance door is flanked by two porticoes. The central door is used by royalty to enter the building and the doors in the extensions are for public use. Within the audience hall there are six columns which are gilded and adorned with Thai designs. The hall houses the throne called Phuttan Kanchanasinghat, covered by a *chadra* (multi-tier umbrella). Next to it is the Bussabokemala Mahachakaphat Phimarn Throne.

The roof of the Amarinthara Winichai Mahaisunya Phimarn Throne Hall is covered with green tiles with orange tile borders and is decorated with *chor fa*, *bai raka* and *hang hong* and adorned with gold-colored glass.

The gable is adorned with a mural depicting Phra Indra. The gable over the audience hall is of a design much favored in the Fourth Reign.

Picture : *Thevaphibal Gate, is the front entrance to the Amarinthara Winichai Mahaisunya Phimarn.*
ภาพ : *ซุ้มประตู "พระทวารเทวาภิบาล" ด้านหน้าพระที่นั่งอมรินทรวินิจฉัยมไหสูรยพิมาน*

พระที่นั่งองค์นี้สร้างในรัชกาลที่ ๑ พ.ศ. ๒๓๒๘ หลังปราบดาภิเษกเป็นปฐมกษัตริยาธิราชเจ้า แห่งพระบรมราชจักรีวงศ์ รัชกาลที่ ๒ เคยเสด็จออกท้องพระโรงให้เซอร์จอห์น ครอเฟิร์ด ราชทูตอังกฤษ เข้าเฝ้าถวายสาส์นเพื่อเจรจาด้านการพาณิชย์

หอศาสตราคม หรือหอพระปริตร

หอศาตราคมหรือหอพระปริตร ตั้งอยู่ในกำแพงแก้วของหมู่พระมหามณเฑียร ด้านทิศตะวันออกเฉียงเหนือของพระที่นั่งอมรินทรวินิจฉัยฯ เป็นอาคารคู่กับพระที่นั่งดุสิดาภิรมย์มีขนาดเท่ากัน สันนิษฐานว่าสร้างพร้อมกัน เป็นธรรมเนียมแต่โบราณที่ต้องมีหอนี้ขึ้นในพระมหามณเฑียร เพื่อใช้สำหรับพระสงฆ์รามัญ (มอญ) ทำพิธีสวดพระพุทธมนต์พระปริตรคาถา ทำน้ำพระพุทธมนต์ สำหรับถวายสรง และพรมน้ำพระพุทธมนต์รอบพระมหามณเฑียรทุกวันในเวลาบ่าย พิธีดังกล่าวทำติดต่อกันมาหลายรัชกาล จนถึงสมัยรัชกาลที่ ๗ จึงได้หยุดไป ปัจจุบันทำเฉพาะในวันธรรมสวนะหรือวันพระเท่านั้น มีพระสงฆ์รามัญนิกาย จากวัดตองปรุ (วัดชนะสงคราม) ทำน้ำพุทธปริตร (น้ำพระพุทธมนต์) สำหรับใช้สรงพระพักตร์ สรง และประพรมพระราชฐาน ไม่เปิดให้เข้าชม

หอศาสตราคมเป็นอาคารทรงไทย ยกพื้นสูง ๑.๕ เมตร หลังคามุงกระเบื้องดินเผาเคลือบสี ประดับด้วยช่อฟ้า ใบระกา หางหงส์ ลงรักกระจกหน้าบันเป็นไม้จำหลักลายปิดทองรูปเทวดายืนบนแท่น หัตถ์ขวาทรงตรี หัตถ์ซ้ายทรงพระขรรค์ ล้อมรอบด้วยลายกระหนกก้านขดเทพนม ประกอบบนพื้นกระจกสีน้ำเงิน

ภายในหอแบ่งเป็น ๒ ห้อง ห้องทางทิศเหนือเป็นห้องพิธีพระสงฆ์สวดพระพุทธมนต์ มีพระประธานสานโครงสร้างด้วยไม้ไผ่ปิดทอง มีตู้ฝังภายในผนัง เก็บเครื่องพิธีและน้ำมนต์ ห้องด้านทิศใต้เก็บเครื่องพิธี

รัชกาลที่ ๑ โปรดเกล้าฯ ให้สร้างพระที่นั่งโถง ต่อมารัชกาลที่ ๓ เรียกว่า "หอพระปริตร" รัชกาลที่ ๔ โปรดเกล้าฯ ให้รื้อสร้างใหม่ เป็นหอศาสตราคม ในอดีตหอแห่งนี้ยังได้ทำพิธีปลุกเสกเครื่องรางของขลัง เพื่อให้แก่ทหารออกรบด้วย ดังนั้นบานประตูหน้าต่างภายใน จึงเขียนลายภาพอาวุธโบราณไว้ทุกบาน หอแห่งนี้ได้รับการซ่อมแซมบูรณะมาโดยตลอด ไม่มีการเปลี่ยนแปลงใดๆ

ภาพ : *หอศาสตราคมด้านหน้า*

Sastrakhom or Phra Parit Buddha Image Hall

Sastrakhom or Phra Parit Buddha Image Hall is located within the walls of the Phra Maha Monthien Buildings and lies northeast of Amarinthara Winichai Mahaisunya Phimarn Throne Hall. It is the same size as Dusida Phirom Throne Hall and is thought to have been built concurrently. It was an ancient custom to have such a hall constructed within the palace walls for the use of Mon monks who used the hall to prepare holy water for religious ceremonies and for sprinkling around the palace compound every afternoon. This ceremony was performed for many consecutive reigns but was discontinued in the Seventh Reign. Nowadays, it is performed on Buddhist holy days by Mon monks from Wat Chanasongkhram. It is not open to the public.

The Sastrakhom Buddha Image Hall is a Thai-style building with its floor raised 1.5 meters. The roof is covered with tiles and decorated with *chor fa*, *bai raka* and *hang hong*. The gables, made of carved wood, depict an angel standing on a platform and are covered with gold leaf. In the right hand of the angel is a trident, while the left hand holds a two-bladed weapon.

Inside, the hall is divided into two rooms. The northern room is a prayer room for monks when they prepare the holy water. There is a Buddha image and closets built into the walls for storing the religious articles and the holy water used in religious ceremonies. The southern room is for storing religious artifacts.

The hall was built in the First Reign. King Rama III named the hall "Phra Parit Buddha Image Hall." King Mongkut ordered the hall dismantled and a new one built to replace it and renamed it the "Sastrakhom Buddha Image Hall." In the past the building was also used for making charms and amulets for soldiers going to war. The window and door panels are covered with pictures of ancient weapons. The hall has been repaired and is now maintained in its original form.

Picture : *Sastrakhom Buddha Image Hall, front view.*

พระที่นั่งราชฤดี

พระที่นั่งราชฤดี เป็นพระที่นั่งโถงทรวดทรงแบบพลับพลาตรีมุข ตั้งอยู่ข้างพระที่นั่งอมรินทรวินิจฉัยฯ ด้านตะวันออก พระบาทสมเด็จพระรามาธิบดีศรีสินทรมหาวชิราวุธ พระมงกุฎเกล้าเจ้าอยู่หัว (รัชกาลที่ ๖) โปรดเกล้าฯ ให้สร้างขึ้นเพื่อเป็นที่สรงมูรธาภิเษก ในการพระราชพิธีเฉลิมพระชนมพรรษา และสำหรับตั้งโต๊ะทำพิธีสังเวยเทวดา

พระที่นั่งองค์นี้ เป็นอาคารทรงไทยแบบพลับพลาตรีมุขคือ มุขตะวันออก มุขเหนือ และมุขใต้ มีบันไดขึ้น ๔ ด้าน ทางตะวันออกมีชานยื่นออกมา เพื่อใช้ตั้งพระแท่นสรงน้ำมูรธาภิเษก ชานด้านเหนือสำหรับตั้งโต๊ะสังเวยเทวดา

หลังคาชั้นเดียว ประดับด้วยช่อฟ้า ใบระกา หางหงส์ นาคสะดุ้งปิดทอง มุงด้วยกระเบื้องเคลือบสีขาว หน้าบันเป็นไม้จำหลักลายรูปพระนารายณ์ทรงสุบรรณ (ครุฑ) มีลายกระหนกก้านขดหัวนาค เป็นลายประกอบบนพื้นกระจกสีขาว มีหน้าบันฐานพระอยู่เบื้องล่าง ใต้หน้าบันฐานพระประดับด้วยสาหร่ายรวงผึ้ง ลงรักปิดทอง

เสารับโครงหลังคาเป็นเสาคอนกรีต ปิดทองลายฉลุเป็นลายกระหนกหน้าสิงห์บนพื้นสีขาว ปลายเสาเป็นบัวจงกลลงรักปิดทองประดับกระจก ฝ้าเพดานปิดทอง ฉลุลายเป็นลายราชวัตรสี่กลีบบนพื้นแดง ตกแต่งด้วยดวงดาราและสลักฉลุลาย

แต่เดิมที่แห่งนี้ รัชกาลที่ ๔ โปรดเกล้าฯ ให้สร้างพระที่นั่งราชฤดี เป็นตึก ๒ ชั้น อย่างฝรั่ง ทรงใช้ว่าราชการ และเก็บสิ่งของที่นานาประเทศส่งมาทูลเกล้าฯ จึงนับเป็นต้นกำเนิดพิพิธภัณฑสถาน ต่อมารัชกาลที่ ๕ โปรดเกล้าฯ ให้รื้อลงเพราะทรุดโทรม และสร้างใหม่เป็นเก๋งจีน ต่อมาทรุดโทรมอีก รัชกาลที่ ๖ จึงโปรดเกล้าฯ ให้รื้อลง และสร้างพระที่นั่งโถงแบบพลับพลาขึ้น พระราชทานนามครั้งแรกว่า "พระที่นั่งจันทรทิพโยภาส" ต่อมาเมื่อวันที่ ๒ เมษายน พ.ศ. ๒๔๖๖ ได้เปลี่ยนนามพระที่นั่งเป็น "พระที่นั่งราชฤดี" ดังเดิมที่เคยใช้มาแต่แรก

Ratcharuedee Pavilion

Ratcharuedee Pavilion, an audience chamber in the style of a three-sided portico pavilion, is situated near to and east of the Amarinthara Winichai Mahaisunya Phimarn Throne Hall. King Rama VI ordered its construction for use in ceremonies connected with birthday celebrations and for presenting offerings to deities.

The one-tier roof is decorated with *chor fa, bai raka, hang hong* and gilded *nag sadung* and is covered with white tiles. The carved gables depict Phra Narai riding a garuda and Thai designs on a white glass background.

A concrete column supports the roof, which is covered with gold leaf and decorated with Thai designs. The ends of the column are of a lotus flower design, covered with gold leaf and decorated with glass. The ceilings are also gilded and adorned with fretwork.

King Mongkut had originally ordered the construction of a western-style two-story building to be used for official business and for storing and displaying gifts sent by other nations. King Chulalongkorn ordered the building dismantled when it became dilapidated and had it replaced with a Chinese-style pavilion. When this also became dilapidated King Rama VI ordered it dismantled and a new pavilion erected in its place. It was originally named "Chanthiphayopas Throne Hall" but on 2 April 1923 it was renamed as "Ratcharuedee Throne Hall."

ภาพ : *พระที่นั่งราชฤดีด้านหน้า*

Picture : *Ratcharuedee Pavilion, front view.*

หอพระสุลาลัยพิมาน

หอพระสุลาลัยพิมาน ตั้งอยู่ทางด้านทิศตะวันออกของพระที่นั่งไพศาลทักษิณ เป็นหอพระคู่แฝดกับหอพระธาตุมณเฑียร ตั้งอยู่ด้านทิศตะวันตก หอพระนี้อยู่ในเขตพระราชฐานชั้นใน ติดกับประตูเขตพระราชฐานชั้นในคือ ประตูดุสิตศาสดา มียอดประตูเป็นทรงปรางค์รูปพระพรหมสี่หน้า หอพระแห่งนี้ชมได้แต่ภายนอกด้านหน้าเท่านั้น

หอพระสุลาลัยพิมาน เป็นอาคารทรงไทยขนาดเล็ก เชื่อมต่อกับพระที่นั่งไพศาลทักษิณ ด้วยมุขกระสัน หลังคาอาคารมุงด้วยกระเบื้องเคลือบ พื้นหลังคาสีเขียว ขอบหลังคาสีเหลือง ประดับด้วยช่อฟ้า ใบระกา หางหงส์ นาคสะดุ้ง ประดับกระจกสีทอง หน้าบันเป็นไม้จำหลักลายกระหนกเครือวัลย์ ประกอบเป็นลายพุดตานใบเทศ ลงรักปิดทอง ซึ่งเป็นอิทธิพล ศิลปะจีน ใต้หน้าบันฐานพระมีช่องลม ๒ ช่อง ซุ้มพระทวารและพระบัญชรเป็นซุ้มทรงอย่างเทศ ตอนบนเป็นลวดลายปูนปั้นแจกันประดับดอกไม้ บานพระบัญชรด้านนอกเขียนลายทอง เป็นนกไม้และเขาไกรลาศตัดเส้นสีดำลงบนพื้นสีแดง บานแผละเป็นภาพเกี่ยวกับคติจีนและเครื่องมงคลแบบจีน

ในหอพระ ชั้นบนสุดของพระแท่น ประดิษฐานพระเจดีย์ทอง บรรจุพระบรมสารีริกธาตุ ลดหลั่นลงมาประดิษฐานพระพุทธรูปทรงเครื่องต้นกษัตริย์ ปางห้ามสมุทร ๔ องค์ ด้านทิศเหนือตั้งเขาก่อ เป็นรูปเขาไกรลาศ ฝ้าเพดานหอพระเป็นไม้ เขียนลายดอกไม้ร่วงสีทอง ตัดเส้นดำ บนพื้นสีแดง กลางเพดาน แขวนโคมแบบอัจกลับ ๘ ดวง โคมแก้วเจียระไน ๔ ดวง

รัชกาลที่ ๑ โปรดเกล้าฯ ให้สร้างหอพระแห่งนี้ขึ้น ตามธรรมเนียมของพระราชมณเฑียร ต้องมีที่ประดิษฐานพระพุทธปฏิมากร อยู่ใกล้พระที่นั่งประทับ และสร้างหอพระธาตุมณเฑียร เพื่อประดิษฐานพระบรมอัฐิของสมเด็จพระบรมราชบุพการี แต่เดิมเรียกว่า "หอพระเจ้า" ประดิษฐานพระพุทธจุลจักรและพระพุทธจักรพรรดิที่ทรงสร้างขึ้น รัชกาลที่ ๒ โปรดเกล้าฯ ให้อัญเชิญพระพุทธบุษยรัตนจักรพรรดิพิมลมณีมัย เป็นพระพุทธรูปแก้วผลึกเพชรน้ำค้างจากนครจำปาศักดิ์ประเทศลาว เมื่อปี พ.ศ. ๒๓๕๕ ทรงบูรณะปฏิสังขรณ์หอพระอย่างมากมาย ดังปรากฏในปัจจุบัน พร้อมกับพระราชทานนามใหม่ว่า "หอพระสุลาลัยพิมาน" รัชกาลที่ ๓ โปรดเกล้าฯ ให้สร้าง พระพุทธนฤมิตร และพระพุทธรังสฤษดิ์ ประดิษฐานที่หอพระแห่งนี้ รัชกาลที่ ๔ โปรดเกล้าฯ ให้สร้าง พระชัยนวโลหะ และพระชัยวัฒนประจำรัชกาล ประดิษฐาน ณ หอพระแห่งนี้

ภาพ : ซ้ายสุดเป็นซุ้มประตูดุสิตศาสดา ขวาเป็นประตูทางขึ้นหอพระสุลาลัยพิมาน

Sulalai Phimarn Buddha Image Hall

The Sulalai Phimarn Buddha Image Hall is situated to the east of the Phaisarn Taksin Throne Hall and is a twin of the Phra That Monthien Buddha Image Hall situated to the west. This Buddha Image Hall is within the inner palace, adjacent to the Dusitsasada Gate. It has a prang-shaped roof with a four-faced Brahma. The public can view its front elevation only from outside.

Sulalai Phimarn Buddha Image Hall is a small Thai-style building that is connected to the Phaisarn Taksin Throne Hall by a portico. The roof is covered with green tiles with yellow tile borders. It is adorned with a *chor fa, bai raka, hang hong* and *nag sadung,* and decorated with gold-colored glass. The gables which show signs of Chinese influence are made of carved wood, adorned with Thai designs and covered with gold leaf. Below the gable are two air vents. The door and window arches are of western style and are decorated with stucco motifs. The exterior window panels are decorated with Thai designs in gold paint and depict Mount Krailart.

Inside the hall, golden chedi house the Buddha relic. The ceilings are made of wood and decorated with designs in gold and black paint on a red background. There are eight lamps and four glass chandeliers.

King Rama I constructed this hall in keeping with the royal tradition of housing Buddha images near the palace. He also constructed the Phra That Monthien Buddha Image Hall to house the ashes of royal ancestors originally named "Hor Phra Chao" and to house the Buddha images Phra Phutha Chulachak and Phra Phutha Chakraphat. King Rama II brought an image called Phra Phutha Busayaratana Chakraphat Phimon Maneemai from Champhasak in Laos and installed it here in 1812. He carried out extensive renovations and renamed the building as the "Sulalai Phimarn Buddha Image Hall." King Rama III and King rama IV each had two images cast and installed here.

Picture : *On the left is the Dusitsasada Gate, on the right is Sulalai Phimarn Gate.*

พระที่นั่งดุสิดาภิรมย์

พระที่นั่งดุสิดาภิรมย์ ตั้งอยู่ริมกำแพงแก้วหมู่พระมหามณเฑียร ทิศตะวันตกเฉียงเหนือของพระที่นั่งอมรินทรวินิจฉัยฯ เป็นพระที่นั่งเย็นและพลับพลาเปลื้องเครื่อง ด้านทิศเหนืออยู่นอกกำแพงแก้วเป็นเกยช้าง ด้านทิศตะวันตกอยู่นอกกำแพงแก้วเป็นเกยพระราชยาน

พระที่นั่งองค์นี้ เป็นอาคารทรงไทยชั้นเดียวยกพื้นสูง บันไดทางขึ้นอยู่ด้านในกำแพงแก้ว หลังคาเป็นกระเบื้องดินเผาเคลือบสี ประดับด้วยช่อฟ้า ใบระกา หางหงส์ประดับกระจก เชิงชายทาสีชาด ไขราและชายคาปิดทองฉลุลายรูปดาว หน้าบันเป็นไม้จำหลักลาย ปิดทองประดับกระจกรูปเทวดาถือพระขรรค์ ล้อมรอบด้วยลายกระหนกก้านขดเทพนม ผนังด้านนอกเขียนลายทองบนพื้นเขียว รูปลายกระหนกก้านแย่งหน้าสิงห์ พระบัญชรตอนล่างมีหย่องจำหลักลายปิดทองบนพื้นกระจกสีน้ำเงิน นับเป็นพระที่นั่งองค์เดียวในพระบรมมหาราชวัง ที่ยังคงเขียนลายภายนอกอาคาร หัวบันไดมีสิงโตหินประดับประตูทั้ง ๒ ข้าง ทางเข้าใต้ถุนเป็นไม้ขอบสีเขียว ตัวบานสีดำเขียนลายทอง ขอบประตูทั่วไปทาสีชาด (แดง) เขียนลายทอง

ภายในพระที่นั่งเป็นโถง มีเสาไม้ ๘ เหลี่ยม ๘ ต้น หัวเสาเป็นบัวหัวเสา เขียนลายทองเป็นลายกระหนกก้านแย่ง ฝาผนังตอนบนเขียนลายชุมนุมเทวดา ยักษ์และคน ตอนล่างเป็นรูปต้นไม้ นก ภูเขา เพดานพื้นดำเขียนลายทอง

รัชกาลที่ ๑ โปรดเกล้าฯ ให้สร้างพระที่นั่งดุสิดาภิรมย์ขึ้น เป็นอาคารโถงเปิดโล่ง รัชกาลที่ ๓ โปรดเกล้าฯ ให้เสริมผนังก่ออิฐฉาบปูนและเขียนสีผนังทั้งภายในภายนอก รัชกาลที่ ๔ สลับเกยพระราชยานกับเกยช้างดังที่เห็นในปัจจุบัน รัชกาลที่ ๕ ทรงติดตั้งพระทวารโดยรอบ ทั้ง ๔ ด้าน ดังสภาพปัจจุบันที่เห็นอยู่

ภาพ : *พระที่นั่งดุสิดาภิรมย์ มีเกยช้างอยู่ด้านหน้าพระที่นั่ง และเกยพระราชยานอยู่ด้านข้าง (ซ้าย)*

Dusidaphirom Throne Hall

The Dusidaphirom Throne Hall is adjacent to the Phra Maha Monthien Building's wall, northwest of the Amarinthara Winichai Mahaisunya Phimarn Throne Hall. It is an evening pavilion. The northern side protrudes beyond the walls and has a platform for mounting elephants. On the outside, the western wall has a platform for mounting royal vehicles.

It is a single-story Thai-style building with a raised floor. The stairway leading into the structure is inside the wall. The roof is covered with tiles and decorated with *chor fa*, *bai raka* and *hang hong*. The roof overhang is painted bright red and adorned with fretwork. The gables, of carved wood, covered with gold leaf, depict an angel carrying a sword. The exterior walls are decorated with gold designs on a green background. The lower part of the windows are carved and decorated with gold leaf on a blue glass back ground. This is the only building in the palace with exterior wall paintings. The stair case is flanked by a pair of stone lions. The entrances to the basement of the building are framed by wood panels with painted green, black and gold designs.

Inside there is a hall with eight octagonal wood columns. The columns have lotus flower design capitals and are covered with Thai designs. The upper part of the walls are covered with pictures depicting groups of angels, giants and people. The lower part of the walls are covered with pictures of trees, birds and mountains.

King Rama I ordered the Dusitdaphirom Throne Hall constructed as an open structure. King Rama III added brick plastered walls and had the walls decorated inside and out. King Mongkut alternated the elephant mounting platform with the vehicle mounting platform. King Chulalongkorn added the four gates, which can be seen to this day.

Picture : *The Dusidaphirom Throne Hall, with an elephant-mounting platform in the front and next to it a platform for mounting royal vehicles (left).*

พระที่นั่งสนามจันทร์

พระที่นั่งสนามจันทร์ ตั้งอยู่ทางทิศตะวันตกของพระที่นั่งอมรินทรวินิจฉัยฯ หรือ อยู่ด้านหน้าหอพระธาตุมณเฑียร พระบาทสมเด็จพระพุทธเลิศหล้านภาลัย (รัชกาลที่ ๒) โปรดเกล้าฯ ให้สร้างขึ้นมาเพื่อเป็นที่ประทับพักผ่อนในยามว่างพระราชกิจ และโปรดเกล้าฯ ให้ขุนนางเข้าเฝ้าฯ ในบางโอกาส

พระที่นั่งองค์นี้ เป็นพระที่นั่งแบบพลับพลาโถงไม้ขนาดเล็ก หลังคามุงด้วย กระเบื้องดินเผาเคลือบสี ประดับด้วยช่อฟ้า ใบระกา หางหงส์ ลงรักปิดทองประดับ กระจก หน้าบันเป็นไม้จำหลัก ลายดอกพุดตานเทศ ปิดทองบนพื้นกระจกสีขาว เสาทั้ง ๔ ต้น ตลอดจนเชิงชายเสา เป็นไม้เหลี่ยมแกะลาย แท่นฐานในองค์พระที่นั่ง ลงรัก ปิดทองประดับกระจก ฝ้าเพดาน และฝ้าชายคา เป็นไม้กระดานเขียนลายทอง เป็น ลายดอกพุดตานก้านแย่ง ซึ่งมีการสันนิษฐานว่า อาจเป็นฝีพระหัตถ์ของรัชกาลที่ ๒ ที่ทรงเขียนเล่นๆ ตามพระราชอัธยาศัย

รัชกาลที่ ๒ ทรงสร้างพระที่นั่งสนามจันทร์ รัชกาลต่อๆ มาเคยใช้พระที่นั่งองค์นี้ เป็นที่ตั้งเครื่องทองใหญ่ สำหรับพระมหากษัตริย์ทรงจุดถวายบังคมพระบรมอัฐิ ที่ หอพระธาตุมณเฑียร เพราะพระบัญชรของหอพระธาตุมณเฑียร ตรงกับพระที่นั่ง สนามจันทร์ด้านทิศใต้

รัชกาลปัจจุบัน โปรดเกล้าฯ ให้มีการเสริมฐานปูน ประดับด้วยหินอ่อนเมื่อ พ.ศ. ๒๕๐๖

Sanam Chan Pavilion

The Sanam Chan Pavilion is situated to the west of Amarinthara Winichai Mahaisunya Phimarn Throne Hall, in front of the Phra That Monthien Buddha Image Hall. King Rama II had the palace constructed for his leisure and for occasionally receiving officials in audience.

It is a small wooden pavilion with a tiled roof, adorned with *chor fa*, *bai raka* and *hang hong*, painted with lacquer, gilded and decorated with glass. The gables are decorated with Thai flower designs covered with gold leaf on a white glass background. The four columns and roof overhangs are made of square-cut wood, carved and decorated. The platform inside the building is lacquered, gilded and decorated with glass. The ceilings are made of planks which are decorated with flower patterns believed to be King Rama II's own work.

King Rama II constructed the Sanam Chan Pavilion and subsequent monarchs have used it to house Khrueang Thong Yai for lighting the candles and joss sticks used when worshipping the relics of King Rama I at Phra That Monthian Buddha Image Hall located to the south of Sanam Chan Pavilion.

The present monarch had the foundation strengthened and covered with marble, in 1963.

ภาพ : *พระที่นั่งสนามจันทร์ด้านหน้า ด้านหลังขวาคือ หอพระธาตุมณเฑียร*

Picture : *Sanam Chan Pavilion, front view. Phra That Monthien Buddha Image Hall is at the back right.*

หมู่พระที่นั่งจักรีมหาปราสาท

หมู่พระที่นั่งจักรีมหาปราสาทเป็นพระที่นั่งหมู่ใหญ่ ๓ หลังรวมกัน มีพระที่นั่งจักรีมหาปราสาท พระที่นั่งมูลสถานบรมอาสน์ และพระที่นั่งสมมติเทวราชอุปบัติ สร้างขึ้นในรัชกาลที่ ๕ ภายในหมู่พระที่นั่งประกอบด้วย พระที่นั่งย่อย และการใช้สอยที่ต่างออกไปดังนี้

พระที่นั่งมูลสถานบรมอาสน์ เป็นห้องโต๊ะ ใช้สำหรับพระราชทานเลี้ยงในงานต่างๆ

พระที่นั่งสมมติเทวราชอุปบัติ เป็นห้องทอง พระที่นั่งองค์นี้มีอ่างน้ำพุสวยงาม เรียกว่า "อ่างแก้ว" เป็นสถานที่ซึ่งพระองค์เสด็จพระราชสมภพ และยังเป็นห้องที่พระองค์ได้ทรงประกาศกระแสพระราชดำริ ในอันที่จะให้มีการเลิกทาส ณ ท่ามกลางที่ประชุมคณะที่ปรึกษาราชการแผ่นดิน เมื่อวันที่ ๑๒ กรกฎาคม พ.ศ. ๒๔๑๗

พระที่นั่งดำรงสวัสดิ์อนัญวงศ์ เป็นห้องผักกาด ตกแต่งด้วยเครื่องลายครามสวยงามมาก บางครั้งทรงใช้ห้องนี้เป็นห้องเสวยกาแฟ

พระที่นั่งนิพัทธพงศ์ถาวรวิจิตร เป็นห้องพระภูษา สำหรับเก็บเครื่องแต่งกาย

พระที่นั่งบรมราชสถิตยมโหฬาร ชั้นบนของพระที่นั่งองค์นี้ เป็นที่ประทับของพระองค์ เมื่อทรงย้ายมาจากพระที่นั่งมูลสถานบรมอาสน์ ชั้นล่างไว้สำหรับข้าทูลละอองธุลีพระบาท แบ่งเป็น ๓ ห้องคือ "ห้องเหลือง" "ห้องน้ำเงิน" และ "ห้องเขียว"

พระที่นั่งจักรีมหาปราสาท เป็นพระที่นั่งด้านหน้าของหมู่พระที่นั่งฯ และสร้างหลังสุด

เมื่อพระบาทสมเด็จพระจุลจอมเกล้าเจ้าอยู่หัว ได้เสด็จเถลิงถวัลยราชสมบัติ ในปี พ.ศ. ๒๔๑๑ ทรงดำริสร้างหมู่พระที่นั่งจักรีมหาปราสาทบนที่ตำหนักตึก อันเป็นที่เสด็จพระราชสมภพ และประทับเมื่อทรงพระเยาว์ จึงโปรดเกล้าฯ ให้เริ่มสร้างตั้งแต่ พ.ศ. ๒๔๑๑ เป็นต้นมา สิ้นสุด พ.ศ. ๒๔๑๖ เมื่อวันที่ ๗ พฤษภาคม พ.ศ. ๒๔๑๙ โปรดเกล้าฯ ให้มีพิธีก่อพระฤกษ์สร้างพระที่นั่งจักรีมหาปราสาทขึ้น ทรงจ้างมิสเตอร์ ยอน คลูนิช(John Clunich) สถาปนิกจากสิงคโปร์ เป็นช่างหลวงทำการออกแบบ มิสเตอร์ เฮนรี่ คลูนิช โรส (Henry Clunich Ross) เป็นนายช่างผู้ช่วย สร้างแล้วเสร็จในปี พ.ศ. ๒๔๒๕ ระหว่างปี พ.ศ. ๒๔๒๕-๒๔๓๐ โปรดเกล้าฯ ให้สร้างพระที่นั่งเพิ่มอีก ๔ องค์ คือ

พระที่นั่งอมรพิมานมณี เป็นพระวิมานที่บรรทม *พระที่นั่งสุทธาศรีอภิรมย์* เป็นที่ประทับของสมเด็จพระศรีพัชรินทราบรมราชินีนาถ *พระที่นั่งบรรณาคมสรณีย์* เป็นห้องทรงพระอักษร *พระที่นั่งราชปรีดีวิโรทัย* เป็นที่พักผ่อนพระราชอิริยาบถ และสร้าง*สวนสวรรค์*บนดาดฟ้า ต่อจากพระวิมานที่บรรทม ถือเป็นสวนส่วนพระองค์ สร้างเสร็จในปี พ.ศ. ๒๔๓๐

รัชกาลที่ ๕ ได้ทรงประทับที่พระราชมณเฑียรแห่งนี้ จนปลายรัชกาล ในปี พ.ศ. ๒๔๔๓ ย้ายไปประทับ ณ พระราชวังดุสิต ที่โปรดเกล้าฯ ให้สร้างขึ้น เสด็จสวรรคตที่พระที่นั่งอัมพรสถาน พระราชวังดุสิต เมื่อวันที่ ๒๓ ตุลาคม พ.ศ. ๒๔๕๓ และต่อมาวันที่ ๒๓ ตุลาคม ของทุกปีคือ วันปิยมหาราช

The Chakri Maha Prasat Halls

The Chakri Maha Prasat Halls consist of a group of 9 major and minor halls. The Chakri Maha Prasat Throne Hall is situated in front of the Moon Satharn Borom Ard and the Sommuti Thevaraj Ubbat Throne Halls. The halls were built in the Fifth Reign.

The Moon Satharn Borom Ard Throne Hall serves as a dining hall.

The Sommuti Thevaraj Ubbat Throne Hall has a beautiful fountain. King Chulalongkorn was born at this hall, and it was here, amid a gathering of his advisors, that he declared his intention to abolish slavery on 12th July 1874.

The Damrong Sawad Ananwong Throne Hall is a beautiful coffee room.

The Niphatphong Thawornwichit Throne Hall was used as the royal wardrobe.

King Rama V lived at the *Borom Ratchasathit Mahoran Throne Hall* when he moved here from the Moon Satharn Borom Ard Throne Hall. The ground floor is divided into the yellow, blue and green rooms.

The Chakri Maha Prasat Throne Hall is situated in front of the other halls and was the last to be constructed.

When King Chulalongkorn ascended the throne in 1868, he built the halls on the site of the building where he had been born and lived as a child. Construction was begun in 1868 and completed in 1873. On 7th May 1876 construction of the Chakri Maha Prasat Throne Hall was begun, with John Clunich of Singapore, hired as the architect and Henry Clunich Ross hired as his helper. Construction was completed in 1882. Between 1882 and 1887 the king had four more palaces constructed.

King Chulalongkorn resided at these palaces until near the end of his reign. In 1900 he moved to the new Dusit Palace. He died at the Amphorn Satharn Throne Hall in Dusit Palace on 23rd October 1910. This day is now celebrated annually as Chulalongkorn Day. (Piya Maharatch Day)

Picture : *A mosaic of King Chulalongkorn below the central main balcony.*
ภาพ : *พระบรมรูปรัชกาลที่ ๕ ทำด้วยโมเสก ตั้งอยู่ใต้พระเฉลียงกลางมุขเด็จ*

พระที่นั่งจักรีมหาปราสาท

พระที่นั่งองค์นี้ เป็นหนึ่งในหมู่พระที่นั่งจักรีมหาปราสาท ตั้งอยู่ตอนเหนือระหว่างประตูสนามราชกิจ จนถึงประตูพรหมโสภา เป็นพระที่นั่งผสมแบบตะวันตกและไทย องค์พระที่นั่งเป็นอาคารแบบตะวันตก มีหลังคาทรงไทย สูง ๓ ชั้น มีมุข ๓ มุข เหนือมุขทั้งสามยกเป็นยอดปราสาท ๗ ชั้น หลังคาเป็นทรงจั่ว มุงด้วยกระเบื้องดินเผาเคลือบ พื้นหลังคาสีแสด ขอบหลังคาสีเขียว ประดับด้วยช่อฟ้า ใบระกา หางหงส์ นาคสะดุ้งปิดทอง คันทวยรับชายคาเป็นลวดลายแบบตะวันตก

หน้าบันของมุขตะวันออกและตะวันตก ประดับด้วยรูปพระจุลมงกุฎ ตั้งบนพานแว่นฟ้า รองรับด้วยช้าง ๓ เศียร สองข้างเป็นรูปคชสีห์และราชสีห์ถือฉัตรปิดทอง มุขกลางคือมุขประธาน ประดับด้วยตราอาร์มแผ่นดิน ปิดทองเป็นรูปพระมหามงกุฎ ตั้งอยู่บนพานแว่นฟ้า รองรับด้วยช้างสามเศียรมีกฤช และช้างอยู่ใต้ช้างสามเศียร ประดับด้วยคชสีห์และราชสีห์ถือฉัตร มุขเด็จประดับด้วยตราจักรีปิดทอง ล้อมรอบด้วยลายกระหนก

พระที่นั่งองค์นี้เป็นอาคารรูปตัวที (T) คือ พระที่นั่งจักรีมหาปราสาทเป็นส่วนหน้าหรือ ส่วนหัว มีท้องพระโรงกลางและท้องพระโรงหลังเป็นลำตัว องค์พระที่นั่งส่วนหน้าเป็นอาคาร ๓ ชั้น ประกอบด้วยพระที่นั่งยอดปราสาท ๓ องค์เรียงกันคือ พระที่นั่งจักรีมหาปราสาทองค์ตะวันออก องค์กลาง และองค์ตะวันตก เชื่อมต่อถึงกันด้วยห้องโถงยาวเรียกว่า "มุขกระสัน"

พระที่นั่งจักรีมหาปราสาทองค์กลาง ชั้นบนเป็นหอพระบรมอัฐิ ชั้นกลางเป็นท้องพระโรงหน้า ชั้นล่างเป็นที่ตั้งกองรักษาการณ์ ทหารมหาดเล็กรักษาพระองค์ ปัจจุบันเป็นที่ตั้งของทหารรักษาการณ์

พระที่นั่งจักรีมหาปราสาทองค์ตะวันออก ชั้นบนเป็นห้องพระ ชั้นกลางเป็นห้องรับแขก เมื่อสมัยรัชกาลที่ ๕ เรียกว่า "ห้องไปรเวท" ชั้นล่างเป็นห้องสำหรับราชองครักษ์ ปัจจุบันเป็นที่พระราชวงศ์ลงพระนาม และลงนาม ถวายพระพรในมหามงคลสมัยต่างๆ

พระที่นั่งจักรีมหาปราสาทองค์ตะวันตก ชั้นบนเป็นหอประดิษฐานพระอัฐิพระมเหสีพระราชวงศ์บางพระองค์ ชั้นกลางเป็นห้องรับแขก ชั้นล่างเป็นห้องสมุด ปัจจุบันเป็นที่เก็บของ

มุขกระสันด้านตะวันตก ชั้นบนเป็นเฉลียงทางเดิน และเป็นเพดานของห้องโถงกลาง ชั้นกลางเป็นห้องโถง ชั้นล่างเป็นพิพิธภัณฑ์แสดงเครื่องอาวุธโบราณ เปิดให้ประชาชนเข้าชม

ภาพ : *พระที่นั่งจักรีมหาปราสาท ทั้ง ๓ องค์ องค์ตะวันออก (ซ้าย) องค์ตะวันตก (ขวา)*

Chakri Maha Prasat Throne Hall

Chakri Maha Prasat Throne Hall is one of a group of buildings in the Chakri Maha Prasat Throne Halls. It is situated on the northern side of the palace, between The Sanam Ratchakit and Phrom Sopha gates. The building is a blend of western and Thai styles. The structure is western while the Thai-style roof has three tiers and three porticoes above which there is a seven-tier prasat.

The building has a T-shape plan with the Chakri Maha Prasat at the front, or head and the central and rear halls forming the body. The front of the building is a three-story structure consisting of the three prasats. The three front halls of the building are connected by a long hallway.

The upper floor of the central hall is used for keeping royal ashes, of Kings Rama IV to VIII and their Queens, the middle floor is a large access gallery and the ground floor is used by the royal bodyguards.

The upper floor on the eastern hall of the Chakri Maha Prasat is used as the Buddha Image room, the middle floor is used for receiving guests and the ground floor is used by the royal bodyguards.

The upper floor of the western hall of the Chakri Maha Prasat is used for storing ashes of the queens and certain members of royalty, the middle floor is used for receiving guests and the ground floor is now used as a library and a storeroom.

The upper floor of the western portico is a walkway and serves as the roof of the middle floor. The middle floor is a hall and the ground floor which is open to the public is a museum displaying ancient weapons.

Picture : *Chakri Maha Prasat Throne Hall with the three prasats visible, front view. Eastern hall (left), western hall (right).*

พระที่นั่งดุสิตมหาปราสาท (๑)

พระที่นั่งดุสิตมหาปราสาท อยู่ในเขตพระราชฐานชั้นกลาง ด้านตะวันตกของพระที่นั่งจักรีมหาปราสาท เป็นแบบสถาปัตยกรรมไทยสมัยต้นรัตนโกสินทร์ เป็นพระมหาปราสาทที่เป็นหลักของพระมหานคร เป็นที่ประดิษฐานพระบรมศพสมเด็จพระมหากษัตริย์ สมเด็จพระอัครมเหสี พระบรมวงศานุวงศ์ชั้นสูง รวมทั้งพระบรมศพสมเด็จพระศรีนครินทราบรมราชชนนี ซึ่งได้อัญเชิญพระบรมศพไปถวายพระเพลิง ณ พระเมรุมาศ ท้องสนามหลวง เมื่อวันที่ ๑๐ มีนาคม พ.ศ. ๒๕๓๙

พระที่นั่งองค์นี้ มีกำแพงแก้วล้อมรอบ มีประตูยอดมณฑป ประดับกระเบื้องสี เป็นทางเข้าออก ด้านตะวันออก ๒ ประตู ด้านตะวันตก ๑ ประตู ด้านทิศเหนือ ๓ ประตู ด้านหน้าพระที่นั่งมีทิมคด ๒ หลัง มีหอเปลื้องเครื่อง ๑ หลัง ที่แนวกำแพงแก้วด้านตะวันตก มีสะพานเชื่อมมุขตะวันตก มีเขื่อนเพชรกั้นเขตพระราชฐานชั้นกลางและชั้นใน

หมู่พระที่นั่งดุสิตมหาปราสาท ประกอบด้วย พระที่นั่งดุสิตมหาปราสาท พระที่นั่งพิมานรัตยา พระที่นั่งอาภรณ์พิโมกข์ พระที่นั่งราชกรันยสภา หอเปลื้องเครื่อง เปิดให้เข้าชมเฉพาะพระที่นั่งดุสิตมหาปราสาทเท่านั้น

ภายในพระที่นั่ง ฝาผนังโดยรอบเขียนสีเป็นลายพุ่มข้าวบิณฑ์ กลางลายเป็นรูปเทพนม เพดานตรงกลางเป็นรูปแปดเหลี่ยมภายใต้เครื่องยอด ประดับด้วยดาวเพดาน บานพระทวารและพระบัญชรด้านใน เขียนรูปเทวดายืนแท่นถือพระขรรค์หันหน้าเข้าหากัน มีมุขสี่ด้านคือ ทิศใต้ ทิศเหนือ ทิศตะวันออก และเฉพาะทิศตะวันตก เป็นมุขประดิษฐานพระบรมศพ และพระศพ นอกจากนี้ยังมีโบราณวัตถุที่มีความสำคัญทางประวัติศาสตร์ ดังนี้

พระแท่นราชบัลลังก์ประดับมุก ตั้งอยู่เกือบกลางองค์พระที่นั่ง มีพระนพปฎลมหาเศวตฉัตรกางกั้น เป็นพระแท่นสี่เหลี่ยมจัตุรัสมีฐานซ้อน ๓ ชั้น ชั้นล่างประดับด้วยยักษ์ ชั้นกลางประดับด้วยครุฑยุดนาค ชั้นบนเป็นเทพนม เป็นพระแท่นราชบัลลังก์ประดับมุก ที่ฝีมืองดงามที่สุดชิ้นหนึ่งของกรุงรัตนโกสินทร์

พระแท่นราชบรรจถรณ์ประดับมุก ตั้งอยู่ ณ มุขด้านทิศตะวันออก เป็นพระแท่นบรรทมของรัชกาลที่ ๑ พระบัญชรบุษบกมาลากลางผนัง ตั้งอยู่ ณ มุขเด็จทางทิศใต้ เป็นบุษบกครึ่งองค์ติดกับฝาผนัง สร้างขึ้นในรัชกาลที่ ๔ ฐานบุษบกซ้อนกัน ๒ ชั้น ชั้นล่างเป็นครุฑยุดนาค ชั้นบนเป็นเทพนม

ภาพ : *พระที่นั่งดุสิตมหาปราสาทด้านข้าง และประตูยอดมณฑปด้านทิศใต้*

Dusit Maha Prasat Throne Hall

Dusit Maha Prasat Throne Hall is in the central part of the Grand Palace grounds west of the Chakri Maha Prasat and is built in the early Ratanakosin style. It is the main maha prasat of Bangkok and is used for the lying in state of deceased kings and queens and other high-ranking members of the royal family. The corpses of deceased royalty are brought here. The Princess Mother's body was brought here before being cremated at the Phra Meru at Sanam Luang on 10th March 1996.

The Dusit Maha Prasat is surrounded by a wall. There are six mondop-topped gatehouses. The Dusit Maha Prasat Halls consist of the Dusit Maha Prasat Throne Hall, the Phimarn Rataya Throne Hall, Arphorn Phimok Throne Hall and the Ratchakranyasapha Throne Hall. Only the Dusit Maha Prasat is open to the public.

The interior walls of the Dusit Maha Prasat Throne Hall are decorated with Thai designs depicting the Thep Phanom. The central ceiling is octagonal in shape and adorned with stars. The interior window and door panels depict angels holding swords and facing each other. There are four porticoes to the building, situated on the south, north, east and west sides. The west portico house is used to house royal corpses before cremation. In addition, important historical and artistic artifacts are housed in the hall including:

The wooden throne, inlaid with pearl, situated almost at the center of the hall under Phra Nopphapadol Maha Sawetta *chadra* (a nine-tier umbrella). It is a square, three-level throne, decorated with figures of giants, garudas holding nagas and Thep Phanom. The inlaid pearl is an outstanding example of workmanship of the Ratanakosin period.

The Rajabanja-thon bed, inlaid with pearl and located on the eastern side, was King Rama I's bed.

Phra Banchon Bussabokemala, located in the southern part, is attached to the building wall. It was constructed in the Fourth Reign.

(continued on next page)

Picture : *Dusit Maha Prasat Throne Hall and the entrance to the mondop topped southern gate.*

พระที่นั่งดุสิตมหาปราสาท (๒)

พระที่นั่งดุสิตมหาปราสาท เป็นแม่แบบสถาปัตยกรรมปราสาทไทยที่สมบูรณ์แบบ จัดเป็นปราสาทศรี ประกอบด้วยท้องพระโรง พระวิมานและมีเรือนจันทร์ตั้งขวางอยู่ท้ายปราสาท สถาปัตยกรรมขององค์ปราสาท ล้วนมีความหมายของพระมหากษัตริย์ คติความเชื่ออย่างพราหมณ์ และพุทธศาสนามหายาน เป็นปราสาทจตุรมุข ยอดทรงมณฑปซ้อนเจ็ดชั้น

หลังคาพระที่นั่งมีลักษณะเด่นคือ มีเครื่องยอดประดับ แบ่งเป็น ๓ ตอน ตอนล่างเป็นฐานซ้อนกัน ๗ ชั้น มีนาคปักติดตามมุมทั้งสี่ด้าน หมายถึงสวรรค์ชั้นต่างๆ ตอนกลางเป็นองค์ระฆังทรงสี่เหลี่ยม ตอนบนสุดเรียกว่า เหม ต่อด้วยบัวกลุ่ม ปลี ลูกแก้ว และหยาดน้ำค้าง หมายถึงการหลุดพ้น ปลายสุดประดับด้วยฉัตร

ครุฑยุดนาค ที่รองรับไขราใต้เครื่องยอดทั้งสี่ด้าน หน้าบันจำหลักไม้ รูปพระนารายณ์ทรงครุฑ มีช่อฟ้า ใบระกา คันทวยรับชายคาเป็นรูปนาคห้อยเศียร สองข้างบันไดก็เป็นรูปนาค

ซุ้มพระทวารและพระบัญชรมีลักษณะเป็นทรงปราสาทขนาดเล็ก มุขเด็จหน้าพระที่นั่งเป็นมุขขนาดเล็ก มีเสาสี่เหลี่ยมย่อมุมรับหลังคา หน้าบันจำหลักรูปพระนารายณ์ทรงครุฑ ภายในมุขเด็จตั้งบุษบกมาลาประกอบเครื่องยอดชั้น บนฐานประดับลายเทพนมโดยรอบ รัชกาลที่ ๑ เคยเสด็จฯ ประทับบนบุษบกมาลา ให้เจ้าประเทศราชเฝ้า ณ ท้องพระลานเบื้องล่าง รัชกาลปัจจุบัน โปรดเกล้าฯ ให้อัญเชิญพระสยามเทวาธิราชมาประดิษฐานบนบุษบกมาลา เมื่อครั้งฉลองกรุงฯ ๒๐๐ ปี เพื่อให้ประชาชนได้สักการะบูชา

แต่เดิมเป็นที่ตั้งพระที่นั่งอมรินทราภิเษกมหาปราสาท เป็นปราสาทที่ถ่ายแบบพระที่นั่งสรรเพชญมหาปราสาทที่กรุงศรีอยุธยา สร้างปี พ.ศ. ๒๓๒๘ ได้ทรงประกอบพระราชพิธีบรมราชาภิเษก ณ พระที่นั่งองค์นี้ ต่อมาถูกฟ้าผ่าไฟไหม้ทั้งหลังในปี พ.ศ. ๒๓๓๒ จึงต้องรื้อปราสาทองค์เก่าแล้วสร้างปราสาทองค์ใหม่ คือ พระที่นั่งดุสิตมหาปราสาทขึ้นแทนที่

รัชกาลที่ ๑ สร้างปราสาทแห่งนี้ รัชกาลที่ ๓ ทรงเปลี่ยนเครื่องยอดใหม่ จากมุงดาดด้วยดีบุก มาเป็นมุงกระเบื้องเคลือบสี รัชกาลที่ ๔ โปรดเกล้าฯ ให้สร้างสิงหบัญชรเป็นพระที่นั่งบุษบกมาลา โผล่จากผนังด้านทิศใต้ ฉากกั้นเขียนลายรดน้ำ เป็นภาพพระราชพิธีอินทราภิเษก คือพิธีที่พระมหากษัตริย์ได้บรรดาหัวเมืองต่างๆ เข้ามารวมราชอาณาจักร แล้วจึงจัดพิธีขึ้น เป็นฉากใช้กั้นทางด้านทิศใต้ สำหรับฝ่ายในเข้าเฝ้าฯ เท่านั้น ปัจจุบันฉากนี้เก็บไว้ที่พระที่นั่งศิวาลัย รัชกาลที่ ๕ โปรดเกล้าฯ ให้เจาะช่องพระทวารทางทิศตะวันออก รัชกาลที่ ๖ ทรงตัดเสาหานทั้ง ๔ ต้นกลางปราสาทออก หล่อคานคอนกรีตรองรับเครื่องยอดแทน และทรงสร้างหอเปลื้อง ชานแล่นตลอดทิศตะวันตก สร้างห้องสรีรสำราญด้านทิศใต้ รัชกาลปัจจุบันโปรดเกล้าฯ ให้เขียนผนังใหม่ลายพุ่มข้าวบิณฑ์เทพนม ซึ่งเหมือนกับสมัยรัชกาลที่ ๕

Dusit Maha Prasat Throne Hall (continued)

Dusit Maha Prasat Throne Hall is considered to be classic Thai architecture. It consists of a large hall, Phra Vimarn and the Chan building at the rear. The building is endowed with royal, Brahmanical, and Buddhist Mahayana symbolism. The prasat extends four ways and is topped by a seven-tier mondop.

The door and window arches resemble a smaller version of the prasat. The portico in front of the building is rather small, with its roof supported by square columns. The gables are decorated with pictures of Phra Narai astride a garuda. Inside is the throne, surrounded by Thep Phanom designs. King Rama I used the Bussabokemala (lotus design throne) to receive the rulers of vassal states. The present monarch installed the Siam Thevathiraj Buddha Image in the throne hall for the public to worship during the Bangkok bicentennial celebrations.

The design of the prasat was copied from the Sanphet Maha Prasat at Ayutthaya. Construction was begun in 1785. King Rama I had his coronation here but the prasat was struck by lightning and completely burned down in 1789. The old structure had to be dismantled and a new one, the Dusit Maha Prasat Throne Hall, constructed in its place.

King Rama III made changes to the spire, while King Mongkut had the throne attached to the southern wall and a room partition constructed. King Chulalongkorn added an entrance on the eastern side, and King Rama VI had four columns at the center of the prasat removed and replaced with a concrete beam as well as other renovations. Rama IX, the present King, ordered the repainting of the inner wall and the restoration of the building to its original Fifth Reign design.

Picture : *The Dusit Maha Prasat Throne Hall, from within the palace walls.*
ภาพ : *พระที่นั่งดุสิตมหาปราสาทด้านในกำแพงแก้ว มีมุขเด็จและบุษบกมาลาด้านหน้า*

พระที่นั่งอาภรณ์พิโมกข์ปราสาท

พระที่นั่งอาภรณ์พิโมกข์ปราสาท ตั้งอยู่บนกำแพงแก้วด้านตะวันออกของพระที่นั่งดุสิตมหาปราสาท เป็นปราสาทโถงจตุรมุขขนาดเล็ก ตรงหน้ามุขมีอัฒจันทร์เป็นทางลงสู่เกยประทับพระราชยานนอกกำแพงแก้ว ด้านตะวันตกเป็นทางลงสู่เกยประทับพระราชยานภายในกำแพง ด้านเหนือเป็นทางลงสู่ท้องพระลานหน้าพระที่นั่งดุสิตมหาปราสาท ด้านใต้เป็นทางลงสู่ชานเชื่อมพระมหาปราสาท

พระที่นั่งองค์นี้ งดงามทั้งแบบและลวดลาย ในรายละเอียดการตกแต่งตามแบบสถาปัตยกรรมไทย กรมศิลปากรได้จำลองแบบ นำไปแสดงงานมหกรรมนานาชาติ ณ กรุงบรัสเซลล์ ประเทศเบลเยี่ยม เมื่อปี พ.ศ. ๒๕๐๑

พระที่นั่งอาภรณ์พิโมกข์ปราสาท เป็นปราสาทโถงไม้ชั้นเดียว ยกพื้นสูงเสมอกำแพง หลังคาลด ๔ ชั้น มุขด้านตะวันออกและตะวันตกหลังคาลด ๒ ชั้น ยอดปราสาทเป็นทรงมณฑปซ้อน ๕ ชั้น มีรูปหงส์รับไขรายอดปราสาททั้ง ๔ มุม หลังคาดาดด้วยแผ่นดีบุก ประดับด้วยช่อฟ้า ใบระกา และหางหงส์ซึ่งทำเป็นรูปนาคเบือน ทั้งหมดลงรักปิดทอง

หน้าบันเป็นไม้จำหลักลายรูปสมเด็จพระอมรินทราธิราชประทับยืนบนพระแท่น พระหัตถ์ซ้ายทรงพระขรรค์ พระหัตถ์ขวาอยู่ในท่าประสาทพร มีรูปเทพนมขนาบข้าง มีลายกระหนกเปลวล้อมรอบ ใต้หน้าบันมีบัลลังก์ฐานพระ ต่อด้วยสาหร่ายรวงผึ้งลายกระหนกใบเทศ ฝ้าเพดานปิดทองฉลุลายใบเทศประดับด้วยดวงดาราจำหลักเป็นรูปดาวดอกจอก

เสาเป็นเสาเหลี่ยมย่อมุมไม้สิบสองประดับกระจกสีทอง ยกดอกสีขาว ปลายเสาเป็นบัวจงกลปิดทอง พนักระหว่างเสาจำหลักลายเทพนม ประกอบลายกระหนกก้านขดแทนลูกกรง

พระบาทสมเด็จพระปรเมนทรมหามงกุฎ พระจอมเกล้าเจ้าอยู่หัว (รัชกาลที่ ๔) โปรดเกล้าฯ ให้สร้างขึ้น เพื่อเฉลิมพระเกียรติ และเป็นพลับพลาสำหรับพระราชยานรับส่ง

ภาพ : *พระที่นั่งอาภรณ์พิโมกข์ปราสาทด้านหน้า ซึ่งอยู่บนกำแพงแก้วด้านทิศตะวันออกของพระที่นั่งดุสิตมหาปราสาท*

Arphorn Phimok Prasat Pavilion

Arphorn Phimok Prasat Pavilion is attached to the wall on the eastern side of the Dusit Maha Prasat Throne Hall. It is a small pavilion with a front portico for descending to the vehicle mounting platform outside of the walls, while on the west there is a platform for mounting vehicles inside the palace. The north side opens out onto a courtyard in front of the Dusit Maha Prasat Throne Hall while the south side descends towards the main throne hall.

The building has beautiful design and proportion and is decorated in accordance with traditional Thai architecture. The Department of Fine Arts displayed a replica of the building at an international fair in Brussels, Belgium in 1958.

The Arphorn Phimok Prasat Pavilion is a single-story wooden building, with its floor raised to the level of the top of the wall. The roof has four tiers. The roofs of the eastern and western porticoes are of two tiers. The peak of the prasat is in the shape of a five-level mondop. The phoenix supports the four corners of the roof which is lined with tin and decorated with *chor fa, bai raka* and *hang hong* in the shape of a naga. All decorations are lacquered and covered with gold leaf.

The wooden gables are carved and depict Phra Indra standing on a platform and holding a sword in his left hand while his right hand is raised in blessing. On either side are Thep Phanom. There is a platform for Buddha images. The ceilings are covered with gold leaf and decorated with fretwork.

The columns are square with triple indented corners and are decorated with pieces of golden glass. The tops of the columns are decorated with lotus flower designs. The banisters between the columns are carved to a Thep Phanom design.

King Mongkut ordered the construction of this building for mounting vehicles.

Picture : *Arphorn Phimok Prasat Pavilion, front view. Situated on the eastern wall of Dusit Maha Prasat Throne Hall.*

พระที่นั่งสุทไธศวรรย์ปราสาท

    พระที่นั่งสุทไธศวรรย์ปราสาท เป็นพระที่นั่งที่สร้างอยู่บนกำแพงพระบรมมหา ราชวัง ด้านทิศตะวันออก บนถนนสนามไชยตรงข้ามสวนสราญรมย์ ตั้งอยู่ระหว่างประตู เทวาพิทักษ์และประตูศักดิ์ไชยสิทธิ์ สำหรับเป็นที่ประทับทอดพระเนตรกระบวนแห่ใน พระราชพิธีสระสนานใหญ่ และทอดพระเนตรการฝึกช้างตั้งแต่สมัยรัชกาลที่ ๑ ปัจจุบัน พระที่นั่งองค์นี้เป็นที่เสด็จฯ ออกมหาสมาคม ให้ประชาชนเฝ้าฯ ในโอกาสพิเศษต่างๆ เช่น พระราชพิธีบรมราชาภิเษก หรือโปรดเกล้าฯ ให้สมเด็จพระบรมโอรสาธิราช สยามมกุฎ ราชกุมาร เสด็จฯ ออกให้ประชาชนเฝ้าฯ เนื่องในงานอภิเษกสมรสเป็นต้น

    พระที่นั่งองค์นี้เป็นอาคารสูง ๒ ชั้น ชั้นล่างเป็นฐานสูงเท่ากับกำแพงพระบรม มหาราชวัง ชั้นบนเป็นอาคารทรงไทย มุขกลางมีระเบียงไม้ยื่นออกไปภายนอกองค์พระที่นั่ง เพื่อเป็นที่เสด็จออกสีหบัญชรให้ราษฎรเฝ้าฯ และมุขเหนือ มุขใต้

    หลังคาตรงกลางมุขกลาง ยกยอดปราสาททรงมณฑป ๕ ชั้น ปิดทองประดับ กระจก มุงด้วยกระเบื้องดินเผาเคลือบพื้นหลังคาสีแดง ขอบหลังคาสีเขียว ประดับด้วย ช่อฟ้า ใบระกา หางหงส์ เชิงชายลงรักปิดทองประดับกระจกสีทอง หน้าบันจำหลักลาย กระหนกเครือเถาใบเทศ พระทวารเป็นบานไม้แบบเฟี้ยม ด้านล่างพระบัญชรเป็นลูกกรง เหล็กหล่อลายดอกไม้ ตามสมัยนิยมในรัชกาลที่ ๕ ฝ้าเพดานเป็นพื้นไม้ทาสีชาด (แดง) ปิด ทองลายฉลุดาวเพดาน กลางเพดานทุกห้องแขวนโคมไฟอัจกลับ เสารับโครงสร้างอาคาร เป็นเสาปูนกลมมีบัว หัวเสาและตอนล่าง เป็นแบบใบอะแคนทัส เรียกว่า เสาคอรินเธียน

    รัชกาลที่ ๑ โปรดเกล้าฯ ให้สร้างขึ้นเป็นพลับพลาโถง ทำด้วยไม้ เรียกว่า "พลับพลา สูง" รัชกาลที่ ๓ โปรดเกล้าฯ ให้ต่อเติมฝาและสร้างหลังคาเป็นยอดปราสาท พระราชทาน นามใหม่ว่า "พระที่นั่งสุทธาสวรรย์" รัชกาลที่ ๔ โปรดเกล้าฯ ให้เปลี่ยนเสาเป็นเสาปูน มี บัวหัวเสาและบัวปากฐาน เป็นศิลปกรรมแบบตะวันตก เมื่อปี พ.ศ. ๒๓๙๖ เปลี่ยน พระนามพระที่นั่งเป็น "พระที่นั่งสุทไธศวรรย์ปราสาท" ดังปรากฏในปัจจุบัน รัชกาลที่ ๕ โปรดเกล้าฯ ให้บูรณะและซ่อมแซมใหม่ เปลี่ยนบางส่วนเป็นแบบพระราชนิยม เป็นที่ ประดิษฐานพระบรมรูปอดีตพระมหากษัตริยาธิราช และจัดให้มีการถวายพระบังคม พระบรมรูปในการพระราชพิธีฉัตรมงคล ในปี พ.ศ. ๒๔๑๗ ปัจจุบันยังคงรักษาสภาพ พระที่นั่งคงเดิมทุกประการ

ภาพ : ด้านหน้าพระที่นั่งสุทไธศวรรย์ปราสาท บนถนนสนามไชย

Suthaisawan Prasat Throne Hall

    Suthaisawan Prasat Throne Hall is on the eastern wall of the Grand Palace, on Sanam Chai Road, opposite Saranrom Garden. It is situated between the Thevaphitak and Sakchaisit gates. It was used as a viewing platform for grand parades and also for viewing the training of elephants from the First Reign on. The building is now used for granting royal public audiences, during coronations or royal weddings.

    The building consists of two stories, the lower story of western design is level with the top of the wall. The upper story is a Thai-style building. The center portico has a wooden verandah extending from the main facade which is used for granting public audiences.

    The central roof of the portico has a five-tier prasat level in the shape of a mondop, covered with gold leaf and decorated with glass. The roof is covered with red tiles with green tiles at the borders and is decorated with *chor fa, bai raka* and *hang hong* which are lacquered and decorated with gold leaf and gold colored glass. The gables are carved with a Thai design depicting vines and leaves. The doors and windows are wooden and the lower parts of the windows are covered with cast iron grilles with flower motifs in the style popular in the Fifth Reign. The ceiling is made of wood and painted bright red, covered with gold leaf and decorated with star design fretwork. Hanging from the ceiling in each room is a lamp. The rounded Corinthian columns supporting the structure are made of plaster and decorated with lotus flower designs at the base and top.

    King Rama I ordered the construction of the hall as an open wooden pavilion, naming it "Plubpla Sung" which means the high pavilion. King Rama III added the walls and roof in the shape of a prasat and renamed it "Suthasawan Throne Hall". King Mongkut replaced the columns with western-style plaster columns and renamed it "Suthaisawan Prasat Throne Hall." King Chulalongkorn carried out more renovations and placed statues of past kings there. The building is now restored to its original state.

Picture : *The front of Suthaisawan Prasat, on Sanam Chai Road.*

พิพิธภัณฑ์วัดพระศรีรัตนศาสดาราม

อาคารพิพิธภัณฑ์ตั้งอยู่นอกพระราชฐานทางทิศใต้ อยู่ด้านข้างพระที่นั่งดุสิตมหาปราสาท เป็นที่แสดงศิลปวัตถุต่างๆ ตลอดจนพระพุทธรูปอันทรงคุณค่า ฝีมือบรมครูเพื่อให้อนุชนรุ่นหลังได้ศึกษา ซึ่งอาคารแห่งนี้เป็นพิพิธภัณฑ์อย่างสมบูรณ์แบบ ก็ด้วยสมเด็จพระเทพรัตนราชสุดาฯ สยามบรมราชกุมารี ทรงพระกรุณาเป็นแม่กองอำนวยการบูรณะอาคารหลังนี้จนเสร็จสมบูรณ์ และขอพระราชทานมาจัดเป็นพิพิธภัณฑ์ เมื่อปี พ.ศ. ๒๕๒๕

ลักษณะอาคารรูปสี่เหลี่ยมผืนผ้า สูง ๒ ชั้น ด้านหน้ามีเสาลอยรูปกลม ๔ ต้น หัวเสาแบบไอโอนิค (Ionic) ปูนปั้นรูปใบผักกาด ตัวเสาเป็นร่องลูกฟูก ฐานเสาสี่เหลี่ยมยกสูง แบบสถาปัตยกรรมโรมัน จั่วด้านหน้าบนผนังเหนือทางเข้าเป็นปูนปั้นรูปโค้ง ทั้งเว้าเข้าและโค้งออก เป็นสถาปัตยกรรมแบบเรอแนซองส์

ผนังภายนอกชั้นล่างเป็นผนังก่ออิฐฉาบปูน เว้นร่องแนวนอน ผนังเหนือซุ้มโค้งหน้าต่างด้านล่างเว้นร่องปูนปั้นเป็นส่วนยอดของโค้ง หน้าต่างชั้นบนเปิดถึงพื้น อยู่ภายในซุ้มโค้งครึ่งวงกลม มีเสาอิงประดับ ๒ ข้าง ส่วนล่างของหน้าต่างตกแต่งด้วยปูนปั้นประดับลูกกรงลูกแก้วปูนปั้น ด้านบนหน้าต่างมีช่องแสงรูปโค้ง กรุด้วยกระจกตัดแสงเหนือขึ้นไปบนอาคารมีแผงปูนปั้นบังหลังคา (parapet) เป็นหลังคาจั้วมนิลา มุงด้วยแผ่นแอสเบสตอสรูปข้าวหลามตัด

จำเดิมได้มีการสร้างโรงกษาปณ์สิทธิการแห่งแรก สร้างในสมัยรัชกาลที่ ๔ มูลเหตุที่สร้างโรงกษาปณ์ขึ้นก็เพราะการค้ากับต่างประเทศสมัยนั้นเจริญรุ่งเรือง พ่อค้ามาแลกเงินพดด้วงกับพระคลังสมบัตินั้น ทำไม่ทัน มีไม่พอ ในปี พ.ศ. ๒๔๐๐ จึงโปรดเกล้าฯ ให้ซื้อเครื่องจักรทำเงินเหรียญบาท และเงินสลึง ตั้งแต่ปี พ.ศ. ๒๔๐๓ จึงพร้อมจำหน่ายเงินเหรียญแทนเงินพดด้วง ต่อมา พ.ศ. ๒๔๐๕ ได้ทำเหรียญทองแดงซีก เสี้ยว อัฐ และตะกั่วเพิ่มขึ้นเพื่อใช้แทนเงินเบี้ย

รัชกาลที่ ๕ โปรดเกล้าฯ ให้สร้างโรงกษาปณ์ขึ้นใหม่ ใหญ่กว่าเดิมและอยู่ตรงข้ามโรงกษาปณ์สิทธิการ ซึ่งต่อมาเกิดไฟไหม้โรงกษาปณ์ใหม่บางส่วน จนกระทั่ง พ.ศ. ๒๔๔๕ จึงย้ายโรงกษาปณ์ไปอยู่ที่แห่งใหม่บริเวณสะพานเสี้ยว และซ่อมแซมโรงกษาปณ์แห่งนี้ใช้เป็นกองมหาดเล็ก และปัจจุบันเป็นพิพิธภัณฑ์วัดพระศรีรัตนศาสดาราม

ภาพ : *หน้าพิพิธภัณฑ์วัดพระศรีรัตนศาสดาราม*

Wat Phra Sri Ratanasasadaram Museum

The museum is outside and to the south of the Grand Palace, adjacent to the Dusit Maha Prasat Throne Hall. It houses a display of artistic objects and valuable Buddha images, the products of master craftsmen. The building was renovated under the direction of Princess Maha Chakri Sirindhorn, who asked royal permission to use it as a museum in 1982.

The two-story building is rectangular in plan. The front has four freestanding Ionic columns with cabbage leaf designed capitals, fluted stems and rectangular bases. The front gables over the entrance are in Renaissance style plaster moulds.

The lower part of the exterior walls are made of plastered brick. The upper windows, with semi-circular archways, extend right to the floor and are decorated with pilasters on both sides. Above the windows are curved window openings covered with glass panels. The roof level of the building has a parapet and a Roman-style roof covered with asbestos.

King Rama IV ordered the construction of the building to house the royal mint and named it "Rong Kasarp Sitthikarn." The need for a royal mint had resulted from increased trade and the mint was founded in 1857. Machinery was imported to mint the coins, called *baht* and *saleung*, replacing the former potduang coinage. From 1862 onward other coins were also minted here.

King Chulalongkorn ordered a larger mint to be constructed opposite the Rong Kasarp Sitthikarn mint, but this was partly damaged by fire. In 1902 the mint was moved to a new location and the old mint building was used as a royal bodyguards barracks. It now serves as a museum.

Picture : *The front of the Wat Phra Sri Ratanasasadaram Museum.*

ศาลาสหทัยสมาคม

ศาลาสหทัยสมาคมเป็นอาคารชั้นเดียวแบบตะวันตก รูปสี่เหลี่ยมผืนผ้า ทอดยาว หันหน้าไปทางทิศเหนือ ตั้งอยู่ในพระราชฐานชั้นนอก ข้างวัดพระศรีรัตนศาสดาราม รัชกาลที่ ๗ ทรงใช้เป็นที่สำหรับพระราชทานเลี้ยงในงานสโมสรสันนิบาต ปัจจุบันศาลา สหทัยสมาคมเป็นที่ให้ประชาชนเข้าเฝ้าฯ ในโอกาสต่างๆ

ศาลาแห่งนี้สร้างในรัชกาลที่ ๕ แบบตะวันตก ด้านหน้ามีมุขยื่นออกมา ประดับ ด้วยเสาลอยตัว ทางเข้าด้านหน้ามี ๓ ประตู ทางทิศตะวันออกและตะวันตก มีด้านละ ๑ ประตู แต่ละประตูมีบันได ๕ ขั้น ปูด้วยหินอ่อน ทางเข้าทุกทิศมีเสารูปกลมรองรับ หลังคาเป็นระยะ ตรงมุมอาคารเป็นเสาคู่แบบตะวันตก เรียกว่า เสาดอริก (Doric) ตัว เสามีร่องลูกฟูก หัวและฐานเสาเป็นรูปสี่เหลี่ยม ผนังหลังเสามีช่องโค้งครึ่งวงกลมเป็น บานหน้าต่าง เหนือช่องโค้งมีลายปูนปั้นรูปใบผักกาด ผนังทิศเหนือและทิศใต้มีเสาอิงเป็น แบบดอริก บานประตูและหน้าต่างเป็นบานไม้ลูกฟักกระดานดุน ทาสีฟ้าอมเขียว เหนือ หน้าต่างเป็นลายปูนปั้นแบบตะวันตก หลังคาอาคารส่วนกลาง เป็นทรงปั้นหยา มุงด้วย กระเบื้องโมเนียสีขาว รอบหลังคาปั้นหยา เป็นหลังคาแบนประดับด้วยลูกกรงปูนปั้น เคลือบสีขาวอมเขียว

สถานที่ตั้งศาลาสหทัยสมาคมนั้น แต่เดิมรัชกาลที่ ๑ โปรดเกล้าฯ ให้สร้างโรงหล่อ ต่อมา รัชกาลที่ ๕ โปรดเกล้าฯ ให้รื้อโรงหล่อ ทำเป็นสโมสรทหารมหาดเล็กในปี พ.ศ. ๒๔๑๔ ตามแบบสถาปัตยกรรมที่เกาะชวาเมืองปะเตเวีย เรียกชื่อว่า "หอคองคอเดีย" ในปี พ.ศ. ๒๔๑๘ โปรดเกล้าฯ ให้หอนี้เป็นพิพิธภัณฑสถาน เรียกว่า "มิวเซียม" และหอนี้ ได้เปลี่ยนชื่อเป็นหอศัลลักษณสถาน และเปลี่ยนอีกครั้งเป็น หอพระสมุดวชิรญาณ ในปี พ.ศ. ๒๔๔๘ รัชกาลที่ ๗ โปรดเกล้าฯ ให้แก้ไขปรับปรุง ใช้เป็นที่จัดเลี้ยงในงานสโมสร สันนิบาต พระราชทานนามว่า "ศาลาสหทัยสมาคม"

Sala Sahathai Samakhom

Sala Sahathai Samakhom is a single-story western-style building, situated in the outer section of the Grand Palace and adjacent to the Emerald Buddha Temple. The building was used in the Seventh Reign for dinner receptions and meetings. Nowadays Sala Sahathai Samakhom is used for granting royal public audiences.

The building was constructed in the Fifth Reign. The front part has a portico decorated with freestanding columns and there are three entrances on this side. There is also one door each on the eastern and western sides. Each door is reached by a five-step marble stair and circular columns support the roof at intervals. At each corner of the building are a pair of Doric columns with fluted stems, and square bases and capitals. The windows have semi-circular arches. The northern and southern walls are adorned with Doric pilasters. The door and window panels are wood, painted greenish-blue. Above the windows are western-style stucco motifs. The central hipped roof is covered with white tiles.

The site of Sala Sahathai Samakhom was originally the side of a foundry during the First Reign. In 1871 King Chulalongkorn ordered the dismantling of the foundry and the construction of a royal bodyguards officers' club, in a style similar to those found in Batavia and which he named the "Concordia Hall." In 1875 he transformed it into a museum. King Rama VII had the building renovated and used it for dinner receptions and meetings. He renamed it the "Sala Sahathai Samakhom."

ภาพ : *ศาลาสหทัยสมาคมด้านหน้า*

Picture : *Sala Sahathai Samakhom, front view.*

ศาลาลูกขุนใน

ศาลาลูกขุนในเป็นอาคารในพื้นที่บริเวณด้านนอกพระราชฐาน อยู่ฝั่งตะวันตกของประตูวิเศษไชยศรี บริเวณลานจอดรถด้านข้างทางเข้าพระราชวังทิศตะวันตก ปัจจุบันใช้เป็นที่ทำการของหน่วยงานในสำนักพระราชวัง

ลักษณะเป็นอาคารแบบตะวันตก สูง ๒ ชั้น หันหน้าไปทางทิศเหนือ ซุ้มประตูทางเข้าเป็นรูปโค้งแหลม แบบโกธิค (Gothic) ผนังอาคารภายนอกทั้งชั้นบนและชั้นล่าง มีผนังครีบ (Buttress) แบบโกธิค ยื่นออกจากผนังทุกช่องหน้าต่าง ชั้นล่างฉาบปูนตีเส้นแนวนอนเป็นระยะ ทาสีครีม มีหน้าต่างตามผนังด้านข้าง ตรงกันทั้งชั้นบนและชั้นล่าง หน้าต่างชั้นล่างทำเป็นรูปโค้งกลมเตี้ย ส่วนชั้นบนทำเป็นซุ้มโค้งแหลม เฉพาะหน้าต่างด้านบนบริเวณมุขด้านหน้า เป็นซุ้มโค้งแหลมแบบโกธิค มีเสาประดับ ๒ ข้าง หัวเสาแบบคอรินเธียน (Corinthian) เหนือบานหน้าต่างใส่กระจกสีเป็นช่องแสงแบบศิลปะโกธิค บานหน้าต่างเป็นบานเกล็ดไม้ แบบกระทุ้งเปิดออกนอกอาคาร หลังคาอาคารเป็นทรงปั้นหยา หน้าจั่วหลังคาเป็นจั่วสามเหลี่ยมเว้า เป็นรูปโค้งปลายแหลม ตรงกลางจั่วประดับด้วยตราอาร์มแผ่นดินในรัชกาลที่ ๕ ขอบชายคาเป็นไม้ฉลุลายโดยรอบ

ศาลาลูกขุนใน สร้างในสมัยรัชกาลที่ ๑ สำหรับประชุมข้าราชการชั้นสูงฝ่ายธุรการ เรียกกันว่า "ลูกขุน ณ ศาลา" และยังเป็นสถานที่รับรองแขกเมืองประเทศราช แขกเมืองต่างประเทศ เข้าพักก่อนเข้าเฝ้า

รัชกาลที่ ๓ โปรดเกล้าฯ ให้เปลี่ยนแปลงศาลาลูกขุนใน จากอาคารไม้เป็นก่ออิฐถือปูน รัชกาลที่ ๔ โปรดเกล้าฯ ให้สร้างโรงปืนใหญ่ขึ้นหลังหนึ่ง เพื่อใช้เก็บปืนใหญ่สำหรับเฉลิมพระเกียรติยศ เช่น ปืนพระยาตานี เป็นต้น ต่อมารัชกาลที่ ๕ โปรดเกล้าฯ ให้รื้อศาลาลูกขุนเดิมทั้งสองหลังลงมา สร้างใหม่เป็นตึก ๒ ชั้น ๓ หลังเรียงกัน มีมุขเชื่อมระหว่างตึกทั้ง ๓ และในรัชสมัยเดียวกัน มีการรื้อหลังคาสร้างใหม่จากหลังคาทรงไทยมาเป็นหลังคาแบบตะวันตก ดังปรากฏจนถึงปัจจุบันนี้

Sala Luk Khun Nai

Sala Luk Khun Nai is situated in the outer section of the Grand Palace, to the west of Wisetchaisri Gate, adjacent to the parking lot near the western entrance. It is now used as the administrative center for palace officials.

It is a western-style two-story building with its front facing north. The main door archway is curved with a sharp peak, in the Gothic style. The exterior walls of both upper and lower floors have buttresses extending from each window. The walls of the ground floor are plastered and painted cream and interspersed with windows set at the same level as the top floor windows. The lower floor window arches are low round curves while the top floor arches are pointed. The front windows on the upper floor are gothic style and decorated on either side with two Corinthian columns. Above the windows are ventilation holes covered with colored glass. The windows are covered with wooden shutters, opening outward. The roof is hipped and the gables are triangular and concave and decorated with the Emblem of State of King Rama V.

The Sala Luk Khun Nai was constructed in the First Reign for meetings of high officials, who were called "Luk Khun Na Sala." The building was also used to receive vassal rulers and foreign guests before the royal audience.

King Rama III replaced the original wooden building with a brick one. King Mongkut constructed an armory for storing ceremonial cannons, such as the Phraya Tanee cannon. King Chulalongkorn ordered the removal of both original buildings and replaced them with three two-story buildings connected by porticoes. In the same reign, the Thai-style roof was replaced with a western-style roof.

ภาพ : อาคารศาลาลูกขุนในด้านหน้า

Picture : *Sala Luk Khun Nai, front view.*

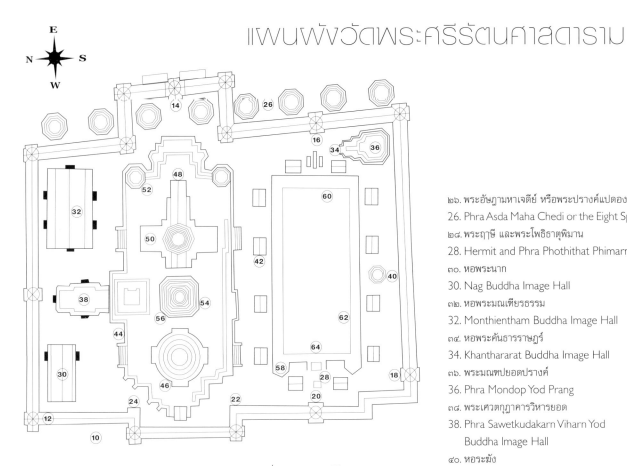

แผนผังวัดพระศรีรัตนศาสดาราม

๑๐. วัดพระศรีรัตนศาสดาราม
10. Wat Phra Sri Ratanasasadaram
๑๒. จิตรกรรมฝาผนังรอบพระระเบียง
12. Mural Paintings on the Gallery Walls
๑๔. ประตูที่ ๑ ประตูเกยเสด็จ (หน้า)
14. Gate No. 1, Koeysadet (Front) Gate
๑๖. ประตูที่ ๒ ประตูหน้าวัว
16. Gate No. 2, Na Wua Gate
๑๘. ประตูที่ ๓ ประตูพระศรีรัตนศาสดา
18. Gate No. 3, Phra Sri Ratanasasada Gate
๒๐. ประตูที่ ๔ ประตูพระฤาษี
20. Gate No. 4, Hermit Gate
๒๒. ประตูที่ ๕ ประตูเกยเสด็จ (หลัง)
22. Gate No. 5, Koeysadet (Rear) Gate
๒๔. ประตูที่ ๖ ประตูสนามไชย
24. Gate No. 6, Sanam Chai Gate
๒๖. พระอัษฎามหาเจดีย์ หรือพระปรางค์แปดองค์
26. Phra Asda Maha Chedi or the Eight Spires
๒๘. พระฤๅษี และพระโพธิธาตุพิมาน
28. Hermit and Phra Phothithat Phimarn
๓๐. หอพระนาก
30. Nag Buddha Image Hall
๓๒. หอพระมณเฑียรธรรม
32. Monthientham Buddha Image Hall
๓๔. หอพระคันธารราษฎร์
34. Khanthararat Buddha Image Hall
๓๖. พระมณฑปยอดปรางค์
36. Phra Mondop Yod Prang
๓๘. พระเศวตกุฎาคารวิหารยอด
38. Phra Sawetkudakarn Viharn Yod Buddha Image Hall
๔๐. หอระฆัง
40. The Bell Tower
๔๒. ศาลาราย
42. Sara Rai
๔๔. ฐานไพที
44. Phaithee Terrace
๔๖. พระศรีรัตนเจดีย์ และเจดีย์ทรงเครื่อง ๒ หมู่
46. Phra Sri Ratana Chedi and Two Songkhrueang Chedis
๔๘. ปราสาทพระเทพบิดร หรือพระพุทธปรางค์ปราสาท (๑)
48. Prasat Phra Thep Bidorn or Phra Phuthaprang Prasat (1)
๕๐. ประสาทพระเทพบิดร หรือพระพุทธปรางค์ปราสาท (๒)
50. Prasat Phra Thep Bidorn or Phra Phuthaprang Prasat (2)
๕๒. พระเจดีย์ทอง ๒ องค์
52. Two Golden Phra Chedis
๕๔. พระมณฑป (๑)
54. Phra Mondop (1)
๕๖. พระมณฑป (๒)
56. Phra Mondop (2)
๕๘. หอพระราชพงศานุสร และหอพระราชกรมานุสร
58. Ratchapongsanusorn and Ratchakoramanusorn Buddha Image Halls
๖๐. พระอุโบสถ (๑)
60. Phra Ubosot (1)
๖๒. พระอุโบสถ (๒)
62. Phra Ubosot (2)
๖๔. พระอุโบสถ (๓)
64. Phra Ubosot (3)

แผนผังหมู่พระมหามณเฑียร

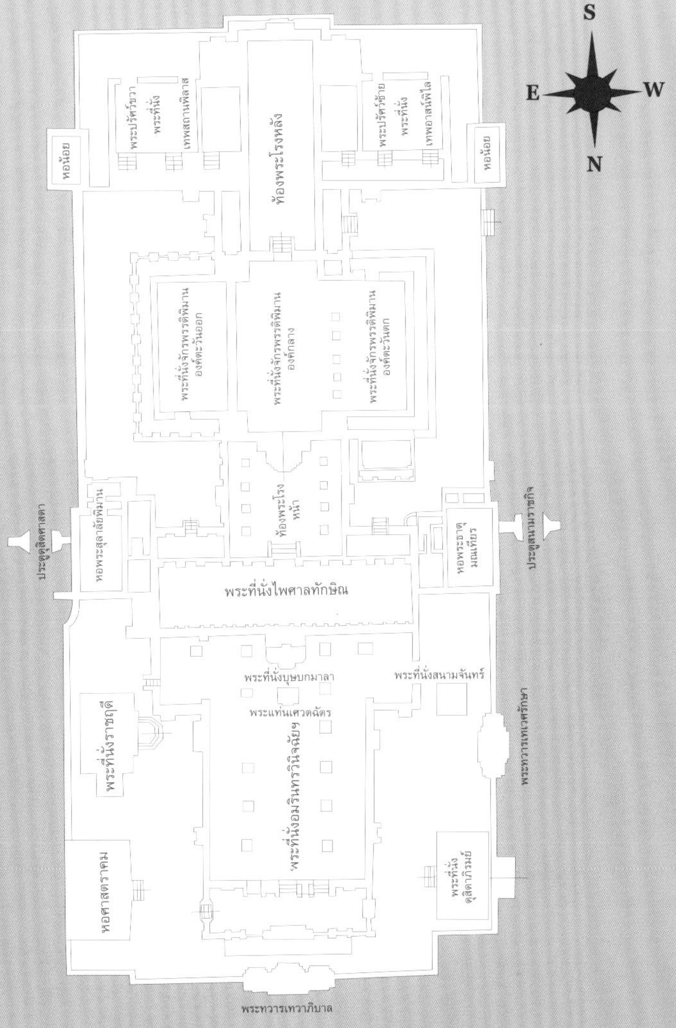

S E W N

(แผนผังหมู่พระมหามณเฑียร)
ท้องพระโรงหน้า
พระที่นั่งไพศาลทักษิณ
พระที่นั่งบุษบกมาลา · พระที่นั่งสนามจันทร์
พระแท่นเศวตฉัตร
พระทวารเทวราชภิบาล

บรรณานุกรม/Bibliography

สถาปัตยกรรมพระบรมมหาราชวัง. กรุงเทพฯ : สำนักราชเลขาธิการ, 2531.

พุทธยอดฟ้าจุฬาโลกมหาราช, พระบาทสมเด็จพระ. *บทละครเรื่องรามเกียรติ์ เล่ม 1-4.* พิมพ์ครั้งที่ 9. กรุงเทพฯ : กรมศิลปากร, 2540.

จดหมายเหตุการอนุรักษ์กรุงรัตนโกสินทร์. กรุงเทพฯ : กองจดหมายเหตุแห่งชาติ กรมศิลปากร, 2525.

วัดพระศรีรัตนศาสดาราม : วัดพระแก้ว = Wat Phra Sri Ratana Sasadaram : The royal temple of the Emerald Buddha. กรุงเทพฯ : การไฟฟ้าฝ่ายผลิตแห่งประเทศไทย, 2518.

ส. พลายน้อย. *เล่าเรื่องบางกอก : สมโภชกรุงรัตนโกสินทร์ 200 ปี.* พิมพ์ครั้งที่ 4. กรุงเทพฯ : รวมสาส์น, 2525.

คู่มือมัคคุเทศก์. กรุงเทพฯ : มหาวิทยาลัยศิลปากร, 2541.

รายการสมุดภาพและข้อมูลประกอบการเรียนการสอน 6 เล่ม
6 sets of illustrated teaching aid

สมุดภาพที่วางตลาดแล้ว

วัด คือสถานที่อบรมศีลธรรม ที่อยู่ของพระและสามเณร เป็นที่เก็บพระคัมภีร์ของพระพุทธศาสนา และยังเป็นที่รวมศิลปกรรม สถาปัตยกรรม ประติมากรรมของแต่ละยุค และเป็นศูนย์รวมใจของชุมชน

ประเพณีท้องถิ่น เป็นสิ่งที่สะท้อนความแตกต่างของสิ่งแวดล้อม ชนเผ่า และภาษาของท้องถิ่นนั้นๆ เช่น ประเพณีวิ่งควาย ไหลเรือไฟ แห่เจ้าข้ามน้ำ-ลุยไฟ เป็นต้น

รามเกียรติ์ เป็นวรรณคดีไทยที่มีบทประพันธ์ทั้งร้อยกรองและร้อยแก้วหลายฉบับ ถือเป็นวรรณกรรมอมตะที่มีเรื่องราวสนุกสนานชวนติดตาม แม้จะเป็นเรื่องอิงภารตะวรรณคดี แต่รามเกียรติ์ของไทยกลับเป็นที่ชื่นชอบยอมรับและรู้จักอย่างกว้างขวางในแวดวงนักวรรณคดีสากล

อาหารไทย 4 ภาค ขนบธรรมเนียม ประเพณี วัฒนธรรม และสภาพภูมิอากาศของแต่ละภาค เป็นตัวกำหนดความแตกต่างของอาหารการกินในภาคนั้นๆ ซึ่งจะต่างกันทั้งสีสัน รสชาติของอาหาร วัตถุดิบที่ใช้ เครื่องปรุงรส รวมทั้งวัฒนธรรมการกิน

วังและตำหนัก เป็นสถานที่ประทับของพระมหากษัตริย์ และพระราชวงศ์ มีความงดงาม ทรงคุณค่าทางประวัติศาสตร์ ศิลปวัฒนธรรมและสถาปัตยกรรมที่เป็นเอกลักษณ์ของแต่ละยุคสมัย ปัจจุบันวังและตำหนักหลายแห่งไม่ได้เป็นที่ประทับแล้ว แต่กลายเป็นพิพิธภัณฑ์ สถานศึกษา สถานที่ราชการ โรงพยาบาล ฯลฯ

สมุดภาพที่จะออก

เปลือกหอย จากท้องทะเลใต้มหาสมุทรสุดหยั่งลึกนั้น งดงาม แสนสวยด้วยลวดลายสีสันของธรรมชาติ มีหลากหลายสายพันธุ์ และขนาด เพียบพร้อมด้วยคุณค่ามหาศาล จนเป็นที่หลงใหลของนักสะสมเปลือกหอย ทั้งในระดับสมัครเล่น และในระดับอาชีพ เปลือกหอยบางชนิดราคาสูงถึงหลายๆ ล้านบาททีเดียว ท่านเชื่อหรือไม่?